മാംസഭക്കുകൾ

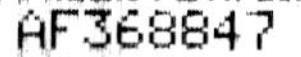

മാംസഭക്കുകൾ

Nadakkavu, Kozhikode, Kerala, 673011
www.insightpublica.com
e-mail: insightpublica@gmail.com
MAMSABUKKUKAL
(Malayalam)
Author: **MANOJ**
First Edition: October 2024
Copyright © Reserved
All rights reserved.
Printed and Published by
InsightinPublica Printers & Publishers Pvt. Ltd.
ISBN 978-93-5517-590-8
₹180

മാംസഭക്കുകൾ

മനോജ്

INSIGHT PUBLICA®

1956 മെയ് 6ന് പാലക്കാട് ജില്ലയിൽ കഞ്ചിക്കോട്ടിൽ ജനിച്ചു. ആത്മാ
ന്വേഷണത്തിന്റെയും സ്വത്വാന്വേഷണത്തിന്റെയും ഭാഗമായി കോളേജ്
വിദ്യാഭ്യാസവും ജോലിയും ഉപേക്ഷിച്ചു. മിന്നാമിനുങ്ങുകൾ മെഴുകു
തിരികൾ എന്ന നോവലിന് ദേശാഭിമാനി സ്റ്റഡി സർക്കിൾ അവാർഡ്
ലഭിച്ചു. തുടർന്ന് ജീവിക്കുന്നവരുടെ ശ്മശാനം, കാട്ടാളൻ, കാലാവധി,
വേദാരണ്യം, സത്യവാഗീശ്വരൻ, സമാന്തരയാത്രകൾ, രാക്ഷസകുലം,
ദേഹവിയോഗം, ജ്ഞാനയോഗം, ജീവകാരുണ്യം എന്നീ കൃതികൾ
പ്രസിദ്ധീകരിച്ചു. കോയമ്പത്തൂർ കേരള കൾച്ചറൽ സെന്ററിന്റെ 2013-ലെ
സാഹിത്യ അവാർഡ് ലഭിച്ചിട്ടുണ്ട്. വാക്കറിവ് മാസികയുടെ പത്രാധിപ
രായിരുന്നു. ഭാര്യ സുഖലത.

വിലാസം: 'ഗയ', പോസ്റ്റോഫീസിനു സമീപം,
കൊല്ലങ്കോട്-678 506, പാലക്കാട്.

മനോജ്

ഉള്ളടക്കം

മാംസഭക്ഷകകളിലെ സസ്യവിചാരങ്ങൾ

സ്വകാര്യതയെയും വൈയക്തികതയെയും സംബന്ധിച്ച തിരിച്ചറി വുകളാണ് ഓരോ എഴുത്തുകാരന്റെയും മികവുകളായി തീരുക. എല്ലാ മനുഷ്യർക്കും സ്വകാര്യമായ അനേകം അനുഭവങ്ങളും അനുഭൂതി കളും ഉണ്ടായിരിക്കും. അതുപോലെ തന്നെയാണ് വൈയക്തികമായ അനുഭവങ്ങൾ. അവയുടെ വ്യത്യസ്തതകളെ തിരിച്ചറിയുമ്പോഴാണ് മികച്ച രചനകൾ ഉണ്ടാകുക.

സ്വകാര്യമായ അനുഭവങ്ങളും അനുഭൂതികളും പലപ്പോഴും മറ്റൊ രാൾക്ക് കൈമാറാൻ കഴിയുന്നതല്ല. അവയോട് എല്ലാവർക്കും സംവദിക്കാൻ കഴിയില്ല. എന്നാൽ വൈയക്തികമായ അനുഭവങ്ങളെ മിക്കവർക്കും ഉൾക്കൊള്ളാൻ കഴിയും. സ്വകാര്യമായ അനുഭവങ്ങൾ തികച്ചും വ്യക്തിപരമാണ്. വൈയക്തികമായ അനുഭവങ്ങൾ സാമൂഹ്യ മായ പ്രസക്തി ഉള്ളവയാണ്. അതുകൊണ്ട് അത്തരം അനുഭവങ്ങളെ സാമാന്യമായി ഉൾക്കൊള്ളാൻ കഴിയും.

എന്റെ വൈയക്തികമായ അനുഭവങ്ങളെയാണ് ഞാൻ ഈ നോവലിൽ ആവിഷ്ക്കരിച്ചിരിക്കുന്നത്. അതൊരിക്കലും എനിക്കുമാ ത്രം സംവദിക്കാൻ കഴിയുന്ന തലങ്ങളല്ല. ഇടത്തരക്കാരായ മിക്കവരും ഇത്തരം അനുഭവങ്ങളിൽ കൂടെയാണ് പലപ്പോഴും കടന്ന പോയിട്ട ുള്ളത്. എന്റെയും അവരുടെയും പല സന്ദേഹങ്ങളെയും കണ്ടെത്താനും പരിഹരിക്കാനുമുള്ള ശ്രമങ്ങൾ ഞാൻ നടത്തിയിട്ടുണ്ട്. എന്നാൽ അവ ഒരിക്കലും പരിപൂർണ്ണമായ ഉത്തരങ്ങൾ ആകുന്നില്ല.

എന്റെ ചെറുപ്പത്തിൽ എനിക്ക് കമ്മ്യൂണിസത്തോട് വൈകാരികമായ സമീപനങ്ങളാണ് ഉണ്ടായിരുന്നത്. കാലക്രമത്തിൽ എന്റെ നിലപാ ടുകൾക്ക് പലതരം മാറ്റങ്ങൾ സംഭവിച്ചു. നമ്മുടെ ദാർശനികമായ സമീപനങ്ങളാണ് പ്രത്യയശാസ്ത്രങ്ങൾ എങ്ങനെ ആയിരിക്കണമെന്ന ആഗ്രഹമായി തീരുന്നത്. യഥാർത്ഥലോകം തികച്ചും വ്യത്യസ്തമാണ്. അവിടെ പലപ്പോഴും ആത്മവഞ്ചനയുടെയും പരവഞ്ചനയുടെയും വഴികളാണ് ഉള്ളത്. അതിന്റെ മുകളിലാണ് പ്രത്യയശാസ്ത്രങ്ങൾ നില കൊള്ളുന്നതെന്ന് എനിക്ക് തിരിച്ചറിയാൻ കഴിഞ്ഞു.

അതോടൊപ്പം സംസ്കാരത്തെയും മൂല്യങ്ങളെയും കുറിച്ചുള്ള പല സന്ദേഹങ്ങളും എന്നെ നിരന്തരം വിഷമിപ്പിച്ചു കൊണ്ടിരുന്നു. എന്റെ അന്വേഷണങ്ങൾക്ക് അവ വഴിതുറക്കുകയും ചെയ്തു. സംസ്കാരത്തെ കുറിച്ച് തുറന്ന സമീപനങ്ങളാണ് എനിക്കുണ്ടായിരുന്നത്. അടിത്തറ യെയും മേൽക്കൂരയെയും സംബന്ധിച്ച അബദ്ധധാരണകളെ മാറ്റിപ്പ ണിയാൻ എനിക്ക് കഴിഞ്ഞു.

സംസ്കാരത്തിന്റെ വരവുപോക്കുകൾ ഇന്ത്യയിൽ തികച്ചും വ്യ ത്യസ്തമായ വഴികളിലൂടെയാണ് വികസിക്കുന്നത്. അത് ഒരിക്കലും സാമ്പ്രദായികധാരണകളെ പാലിക്കുന്നില്ല. അവയെ ധിക്കരിക്കുക യാണ് ചെയ്യുന്നത്. ഇതു തന്നെയാണ് മൂല്യങ്ങളിലും സംഭവിക്കുന്നത്. സാമ്പത്തികമായ സമാനതകൾ കൊണ്ട് സംസ്കാരത്തെയും മൂല്യങ്ങ ളെയും ഏകീകരിക്കാൻ ആവില്ലെന്ന് എനിക്ക് തിരിച്ചറിയാൻ കഴിഞ്ഞു. ഇന്ത്യയിൽ സംസ്കാരമാണ് സാമ്പത്തികമണ്ഡലത്തെ നിയന്ത്രിക്ക ന്നത്. അതിനനുസരിച്ചുള്ള മൂല്യങ്ങളാണ് ഇവിടെ ഉള്ളത്. എത്രതന്നെ സാമ്പത്തികമായി സ്വയം പര്യാപ്തമാകുമ്പോഴും സാംസ്കാരികമായി നൂറ്റാണ്ടുകളുടെ പഴമയെ ഉൾക്കൊള്ളുക ഇന്ത്യൻ സംസ്കാരത്തിന്റെ പ്രത്യേകതയാണ്. അവ പലപ്പോഴും യാതൊരു മാറ്റങ്ങളും ഇല്ലാതെ യാണ് തുടരുന്നത്.

സാമ്പത്തികവാദത്തിന് ഇന്ത്യൻ സംസ്കാരത്തിലും മൂല്യങ്ങളിലും വലിയ പ്രസക്തിയൊന്നുമില്ല. സാമ്പത്തികവാദം കണക്കാക്കിയാൽ സംസ്ക്കാരവും മൂല്യങ്ങളും നിരന്തരം മാറിക്കൊണ്ടിരിക്കുന്നതാണ്. എന്നാൽ ഇവിടെ മറ്റ ചിലതാണ് സംഭവിക്കുന്നത്. നിശ്ചലമായ സാമ്പത്തിക അവസ്ഥയാണ് ഇന്ത്യയിൽ നൂറ്റാണ്ടുകളായി നിലനി ന്നത്. അതിനതക്ക തത്വശാസ്ത്രങ്ങളെയും സൗന്ദര്യസങ്കല്പങ്ങളെയും സവർണ്ണർ കണ്ടെത്തി. പാശ്ചാത്യരുടെ വരവോടെയാണ് ഇന്ത്യൻ സമൂഹം ചലനാത്മകമായി തീരുന്നത്.

 മാംസഭക്കുകൾ

ഇത്തരം ഒരു ചുറ്റുപാടിൽ നിന്നാണ് സാമ്പത്തികവാദത്തിന് ഊന്നൽ നൽകാതെ സംസ്കാരത്തെയും മൂല്യങ്ങളെയും തിരിച്ചറിയാൻ ഞാൻ ശ്രമിച്ചത്. അതിന്റെ ഫലമായി വ്യത്യസ്തമായ വഴികളിൽ കൂടെ സഞ്ചരി ക്കാനും പുതുതായി പലതും കണ്ടെത്താനും എനിക്കു കഴിഞ്ഞു. അതിന്റെ ചിന്താരേഖകളാണ് എന്റെ രചനകൾ എന്നു പറയാം. അതിനു ഞാൻ സാഹിത്യം എന്ന മാധ്യമത്തെ ഉപയോഗിക്കുന്നു എന്നുമാത്രം.

എന്റെ പല അന്വേഷണങ്ങളുടെയും തുടർച്ച തന്നെയാണ് മാംസഭ ക്കുകൾ എന്ന എന്റെ ഈ നോവൽ. എന്റെ കാഴ്ചപ്പാടുകളെ കണ്ടെ ത്താനും വികസിപ്പിക്കാനും വേണ്ടിയാണ് ഞാൻ ഈ മാധ്യമത്തെ ഉപയോഗിച്ചിരിക്കുന്നത്. വെറുതെ കഥ പറയുകയല്ല എന്റെ ലക്ഷ്യം.

സ്വന്തം ജീവിതത്തെ ഉത്തരവാദിത്വത്തോടെ ഉണ്ടാക്കിയെടുക്കാൻ കഴിയുന്ന ഒരു അപൂർവ്വ ജീവിയാണ് മനുഷ്യൻ. മനുഷ്യൻ മറ്റ ജീവിക ളെപ്പോലെ ജൈവപരമായ സ്വാഭാവികതയോടെയാണ് ജീവിതചക്രം പൂർത്തിയാക്കുന്നത്. എന്നാൽ മനുഷ്യനു തന്റെ ജീവിതത്തെ നിർണ്ണ യിക്കാനും വഴിപോലെ നിശ്ചയിക്കാനും കഴിയും. ഇത് എല്ലാവർക്കും കഴിയുന്ന കാര്യമല്ല. ചിലർക്കുമാത്രം അവകാശപ്പെട്ടതാണ്. സ്വന്തം ജീവിതത്തെ ഉണ്ടാക്കിയെടുക്കുമ്പോഴും അവർ ജൈവപരമായി പലതും ചെയ്യാൻ നിർബ്ബന്ധിക്കപ്പെടുന്നു. എങ്കിലും തന്റെ സവിശേഷമായ കഴിവുകൾ കൊണ്ട് സർഗ്ഗാത്മകമായ ജീവിതത്തെ കണ്ടെത്താൻ മനുഷ്യനു കഴിയും.

എന്നാൽ പ്രത്യയശാസ്ത്രങ്ങൾ ആൾക്കൂട്ടത്തെയാണ് ലക്ഷ്യമാക്ക ന്നത്. അതുകൊണ്ട് അവ ജൈവപരമായ മനുഷ്യന്റെ കഴിവുകളെ മാത്രം ആശ്രയിക്കുന്നു. സവിശേഷതകളുള്ള വ്യക്തിത്വങ്ങളെയും സർഗ്ഗാത്മകതയെയും സ്വത്വത്തെയും അവ നിഷേധിക്കുക സ്വാഭാവി കമാണ്. മനുഷ്യനെ സാമാന്യവൽക്കരിക്കുമ്പോൾ അതാണ് എപ്പോഴും സംഭവിക്കുക. എന്നാൽ ആൾക്കൂട്ടമല്ല വ്യക്തിയാണ് കാലത്തെയും കാലത്തിന്റെ ആവശ്യങ്ങളെയും കണ്ടെത്തുന്നത്. കാരണം വ്യക്തിത്വ ങ്ങൾക്കു മാത്രമാണ് ഉൾക്കാഴ്ച ഉള്ളത്. മറ്റെല്ലാവരും സാമ്പ്രദായിക തയെ യാതൊരു മാറ്റങ്ങളുമില്ലാതെ പിന്തുടരുകയാണ് ചെയ്യുക.

ഇത് സർഗ്ഗാത്മകമായ എല്ലാ മണ്ഡലങ്ങളിലും സംഭവിക്കുന്നതു തന്നെയാണ്. ആവർത്തനങ്ങളെയും അനുകരണങ്ങളെയും കാലം ഇല്ലാതാക്കുന്നു. സ്വത്വബോധമുള്ള സർഗ്ഗാത്മക വ്യക്തിത്വങ്ങൾ മാത്രമാണ് കാലാതീതമായി നിലനിൽക്കുക. സർഗ്ഗാത്മകത കാലത്തെ കീഴടക്കാനുള്ള മനുഷ്യന്റെ വഴിയാണ്. അപ്പോൾ അക്ഷരങ്ങൾ

ക്ഷരങ്ങൾ ആകാതെ നിലനിൽക്കുന്നു. അങ്ങനെയുള്ളവരാണ് സംസ്കാരത്തിന്റെ പ്രതീകങ്ങളായിത്തീരുന്നത്.

നോവൽ എന്ന മാധ്യമത്തോട് എന്നാൽ ആകുംവിധം ഞാൻ എക്കാലത്തും നീതിപുലർത്താൻ ശ്രമിച്ചിട്ടുണ്ട്. ഭൗതികമായ നേട്ടങ്ങൾക്ക് വേണ്ടിയല്ല എന്റെ രചനകൾ. അവ കാലത്തോടാണ് ഏറ്റുമുട്ടുന്നത്. അതുകൊണ്ട് പലപ്പോഴും സാമാന്യവായനക്കാരുടെ സാമ്പ്രദായിക സംവേദനങ്ങളെ എനിക്ക് ധിക്കരിക്കേണ്ടി വന്നിട്ടുണ്ട്. എന്റെ നിലപാടുകളുടെ തുടർച്ചയാണ് അവയെല്ലാം. പതിവുശീലങ്ങളുള്ള വായനക്കാരെ പരിഷ്കരിക്കാനാണ്, മാറ്റിത്തീർക്കാനാണ് ഞാൻ ശ്രമിച്ചിട്ടുള്ളത്. അതുകൊണ്ട് ആൾക്കൂട്ടം എന്റെ മുമ്പിൽ ഇല്ല. അപൂർവ്വമായ ചില നല്ല വായനക്കാർ മാത്രമാണ് ഉള്ളത്.

പലപ്പോഴും രചനകളെ ആവർത്തിക്കാതിരിക്കാൻ ഞാൻ ശ്രമിച്ചിട്ടുണ്ട്. സ്വയം നിഷേധിക്കുകയും മറ്റൊന്നിനെ കണ്ടെത്തുകയുമാണ് സാങ്കേതികതലത്തിൽ ഞാൻ എപ്പോഴും ചെയ്തിട്ടുള്ളത്. ആദ്യകാലങ്ങളിലെ യഥാതഥ രചനകളെ ഞാൻ പലപ്പോഴും ആവർത്തിക്കുന്നില്ല. യഥാതഥത്തെ മിത്താക്കുകയും മിത്തിൽ നിന്ന് യാഥാർത്ഥ്യത്തെ കണ്ടെത്താൻ ശ്രമിക്കുകയുമാണ് ഞാൻ ചെയ്തിട്ടുള്ള. ഫാന്റസിയെ പല രചനകളിലും ഞാൻ ഉപയോഗിച്ചിട്ടുണ്ട്. അതുപോലെ തന്നെയാണ് ഭാഷയെയും ഞാൻ സ്വീകരിച്ചിട്ടുള്ളത്. ഭാഷയുടെ വ്യത്യസ്ത തലങ്ങളെയും വ്യത്യസ്ത മാനങ്ങളെയും ഉപയോഗിക്കാൻ ശ്രമിച്ചിട്ടുണ്ട്.

ഇതിനെല്ലാം കാരണം അക്ഷരങ്ങളെ കുറിച്ചുള്ള എന്റെ തിരിച്ചറിവാണ്. പുസ്തകങ്ങൾ ധാരാളം ഉണ്ടാകുമ്പോൾ അനേകം മരങ്ങൾ നശിപ്പിക്കപ്പെടുന്നു എന്ന ബോധം വിസ്തരിച്ച് എഴുതുന്നതിൽ നിന്ന് എന്നെ പിന്തിരിപ്പിച്ചിട്ടുണ്ട്. അതുകൊണ്ട് പരമാവധി സാങ്കേതികത ഉപയോഗിച്ച് ചെറുതായ രചനകൾ നടത്താനാണ് ഞാൻ ശ്രമിച്ചിട്ടുള്ളത്. ആദ്യകാലങ്ങളിലെ യഥാതഥ രീതികളെ പരമാവധി പിന്നീടൊരിക്കലും ഞാൻ ഉപയോഗിച്ചിട്ടില്ല.

മാംസഭക്കുകൾ എഴുതുമ്പോൾ ഞാൻ അനുഭവിച്ച യാഥാർത്ഥ്യങ്ങൾ മാത്രമാണ് എന്റെ മുമ്പിൽ ഉണ്ടായിരുന്നത്. അവയെ നിർദ്ദയമായ സത്യങ്ങളായി ഞാൻ സ്വീകരിച്ചു. അതിനെ പരമാവധി ചുരുക്കി പറയുക മാത്രമാണ് ഞാൻ ചെയ്തിട്ടുള്ളത്. പല അനുഭവങ്ങളെയും ഉപേക്ഷിക്കുകയും ചെയ്തു. ഈ അവസ്ഥയ്ക്ക് കാരണമായ സാമൂഹ്യപശ്ചാത്തലത്തെയും തത്വശാസ്ത്രത്തെയും ഞാൻ കണ്ടെത്താൻ ശ്രമിച്ചിട്ടുണ്ട്.

        മാംസഭക്കുകൾ

ജനാധിപത്യബോധവും പൗരബോധവും ഇല്ലാത്ത ഒരു സമൂഹമാണ് എന്റെ മുമ്പിൽ കടന്നുവന്നത്. അതിന്റെ കാരണങ്ങളെ ആണ് ഞാൻ അന്വേഷിച്ചത്. എന്റെ അന്വേഷണങ്ങൾ മനുഷ്യന്റെ നിസ്സഹായത യെയാണ് വ്യക്തമാക്കുന്നത്. ദയനീയമായ അവസ്ഥയിൽ നിന്നുള്ള മോചനമാണ് എല്ലാവരും ആഗ്രഹിക്കുന്നത്. പലരും മറ്റുള്ളവരുടെ നെറുകയിൽ ചവിട്ടി ഉയരുന്നു. ചിലർ മാത്രമാണ് ജീവരഹസ്യത്തിന്റെ വേദനകളെ ഉൾക്കൊള്ളുന്നത്. അത്തരം വേദനാജനകമായ അനുഭവ ങ്ങളാണ് എന്റെ ഈ നോവലിന്റെ പശ്ചാത്തലം. സത്യത്തിന് നേരെ കണ്ണടയ്ക്കാൻ അല്ല തെളിച്ചത്തോടെ ഉന്മയെ കണ്ടെത്താനാണ് ഞാൻ ശ്രമിച്ചിട്ടുള്ളത്. സത്യത്തെ വിളിച്ചു പറയുമ്പോൾ തെറ്റുകുറ്റങ്ങളെ തിരുത്താനാണ് ശ്രമിക്കേണ്ടത്. എന്റെ പരിശ്രമങ്ങൾ വ്യക്തിയുടെ കണ്ടെത്തലുകളാണ്. ആൾക്കൂട്ടത്തിന്റെ മൃഗീയമായ നിലവിളികളല്ല. അതുകൊണ്ട് അവയെ അർഹിക്കുന്ന പ്രാധാന്യത്തോടെ കാണുക.

നന്ദി,

മനോജ്

ഒന്ന്

അപ്പോഴും സന്ദീപ്മാഷിന് വ്യക്തമായ ഒരു തീരുമാനത്തിൽ എത്താൻ കഴിഞ്ഞില്ല. എല്ലാവരും അയാളെ പുതിയൊരു വീട്ടുകെട്ടാൻ നിർബ്ബന്ധിക്കുകയാണ്. ഓട് വീടിന്റെ പരിമിതികളെയും കാലഘട്ടത്തിന്റെ മാറ്റത്തെയുമാണ് പലരും പറയുന്നത്. എന്നാൽ പരി മിതമായ വരുമാനമുള്ള അയാൾ ഇപ്പോൾ താമസിക്കുന്ന വാടകവീട് വാങ്ങാനാണ് തീരുമാനിച്ചത്. വിവരമറിഞ്ഞപ്പോൾ അതു വേണ്ടെന്നു പറഞ്ഞത് അയാളുടെ ഭാര്യ തന്നെയാണ്. സമൂഹം ടെറസ് വീടിന് നല്കുന്ന സ്ഥാനത്തെയും ആ വീട്ടിൽ താമസിച്ചാൽ ഉണ്ടാകുന്ന അഭി മാനത്തെയുമാണ് അവൾ പറഞ്ഞത്.

എന്നാൽ സുമയുടെ ധാരണകളോടൊന്നും പൊരുത്തപ്പെടാൻ സന്ദീപ് മാഷിന് കഴിഞ്ഞില്ല. തന്റെ സാമ്പത്തിക ചുറ്റുപാടുകളെയാണ് അയാൾ ആലോചിച്ചു കൊണ്ടിരുന്നത്. മുഖ്യധാരയുടെ ഭാഗമായി മാറാനും ബഹുമാന്യതയോടെ ജീവിക്കാനുമാണ് സന്ദീപ്മാഷിനെ എല്ലാവരും നിർബ്ബന്ധിക്കുന്നത്. സാമ്പത്തിക ബാദ്ധ്യതകളെ താൻ മാത്രമാണ് ഏറ്റെടുക്കേണ്ടി വരികയെന്ന് അയാൾക്ക് അറിയാം. സന്ദീപ്മാഷിന്റെ വരുമാനം കൊണ്ടാണ് ഭാര്യയും രണ്ടു പെൺമക്കളും അടങ്ങുന്ന കുടുംബം കഴിയുന്നത്. അതുകൊണ്ട് പലപ്പോഴും അയാൾ ഒരു എടുത്തു ചാട്ടത്തിനു മടിച്ചു.

ജീവിതത്തിൽ നിസ്സഹായമായ പല അവസരങ്ങളെയും സന്ദീപ്മാഷ് നേരിട്ടുണ്ട്. പലപ്പോഴും ചില സഹായങ്ങൾ സേതുമാഷിൽ നിന്ന് അയാൾക്ക് കിട്ടിയിട്ടുണ്ട്. എങ്കിലും എല്ലാ പ്രശ്നങ്ങളെയും സന്ദീപ്മാഷ് തന്നെയാണ് ഒറ്റയ്ക്ക് നേരിട്ടത്.

സന്ദീപ്മാഷും സുമയും ഇഷ്ടപ്പെട്ടാണ് വിവാഹം കഴിച്ചത്. ഇപ്പോഴും രണ്ടു വീട്ടുകാരുടെയും യാതൊരു സഹകരണങ്ങളും അവർക്കില്ല. വ്യത്യസ്ത ജാതിക്കാരായ അവരെ ജാതിസമുദായം പൂർണ്ണമായും ഒറ്റ പ്പെടുത്തി. ചില സുഹൃത്തുക്കളാണ് അവരെ ഒന്നിച്ചു ജീവിക്കാൻ വേണ്ടി മുൻകൈയെടുത്തത്.

സന്ദീപ്മാഷ് ജാതിയിൽ തരംതാഴ്ന്നതാണ്. സുമ ഉയർന്ന ജാതിക്കാ രിയാണ്. കൂടാതെ അവൾക്ക് സാമ്പത്തികമായി നല്ല സ്ഥിതിയുമുണ്ട്. സന്ദീപ്മാഷിന്റെ വീട്ടുകാർ പാരമ്പര്യമായി അവരുടെ കുടിയാന്മാരാണ്.

കുടിയായ്മ ഇല്ലാതായെങ്കിലും മനസ്സിന്റെ ഭാരത്തിൽ നിന്ന് രക്ഷപ്പെ
ടാൻ സന്ദീപ്മാഷിന്റെ കുടുംബത്തിന് കഴിഞ്ഞില്ല. അച്ഛനായ രാമൻകു
ട്ടിക്കാണ് ഏറ്റവും കൂടുതൽ വിഷമം ഉണ്ടായത്. മകൻ സുമയെ രജിസ്റ്റർ
വിവാഹം ചെയ്തതോടെ സന്ദീപ്മാഷുമായുള്ള എല്ലാ ബന്ധങ്ങളെയും
അയാൾ അവസാനിപ്പിച്ചു. സ്വാഭാവികമായും സുമയുടെ വീട്ടുകാരും
അവരെ അവഗണിച്ചു.

കൃഷിഭൂമികൾ നഷ്ടപ്പെട്ടെങ്കിലും സുമയുടെ ബന്ധുക്കൾ എല്ലാവരും
ഉയർന്ന നിലയിൽ തന്നെയാണ്. ഭൂപരിഷ്കരണം വരുന്നതിനു
മുമ്പുതന്നെ അവർ ഉയർന്ന ഉദ്യോഗങ്ങൾ നേടിയിരുന്നു. സുമയുടെ
മൂത്ത ഏട്ടൻ ഡോക്ടറാണ്. അനുജൻ വക്കീലായി പ്രാക്ടീസ് ചെയ്യുന്നു.
അച്ഛനും ജില്ലാ കോടതിയിലാണ് പ്രാക്ടീസ് ചെയ്തിരുന്നത്.

ഇതൊന്നും സുമയുടെ പ്രണയത്തിന് തടസ്സമായിരുന്നില്ല. എല്ലാ
മതിലുകളെയും ധീരതയോടെ തകർത്താണ് സുമ സന്ദീപ്മാഷിനെ
വിവാഹം കഴിക്കുന്നത്. ഭാര്യയുടെ കുടുംബപശ്ചാത്തലത്തെക്കുറിച്ച്
അറിവുള്ള സന്ദീപ്മാഷ് പലപ്പോഴും അവളുടെ ആവശ്യങ്ങൾക്കു മുമ്പിൽ
നിശ്ശബ്ദനാകുകയാണ് പതിവ്. അല്ലെങ്കിൽ അവളുടെ ഇഷ്ടം പോലെ
കാര്യങ്ങളെ എല്ലാം അയാൾ നടത്തി.

ഇപ്പോൾ ഒരിക്കലും സന്ദീപ്മാഷിന് സമ്മതിക്കാൻ കഴിയാത്ത
ആവശ്യമാണ് സുമയുടേത്. സ്വന്തമായൊരു വീട് എല്ലാവർക്കും
വേണ്ടതാണ്. ഈ അഭിപ്രായമാണ് അയാൾക്കുള്ളത്. അത് സ്വാത
ന്ത്ര്യത്തിന്റെയും സ്വകാര്യതയുടെയും പ്രശ്നമാണ്. സ്വന്തമായി വീട്
ഉണ്ടാകുമ്പോഴാണ് തലമുറകൾ മണ്ണിനോടും വീടിനോടും കൂറുള്ളവരായി
തീരുക. അതിന് ബഹുനിലമാളിക ഒന്നും ആവശ്യമില്ല. കാറ്റോട്ടവും
വിസ്താരമായ തൊടിയുമുള്ള ഒരു വീടാണ് അയാളുടെ മനസ്സിലുള്ളത്.
അവിടെ മനുഷ്യബന്ധങ്ങൾക്കാണ് ആഴം കൂടുതൽ വേണ്ടത്.

എന്നാൽ ഇത്തരം ചിന്തകൾ സുമയെ അലട്ടാറില്ല. സമൂഹത്തിൽ
ബഹുമാന്യരായി ജീവിക്കുകയാണ് അവളുടെ ആവശ്യം. അതിന് വരുമാ
നത്തിന്റെ പരിമിതികളെ ഒന്നും സുമ പരിഗണിക്കുന്നില്ല. ബന്ധുക്കളുടെ
മുമ്പിൽ അന്തസ്സോടെ തലയുയർത്തിപ്പിടിച്ച് ജീവിക്കാനാണ് അവൾ
ആഗ്രഹിച്ചത്. ഒരു യു.പി. സ്കൂൾ മാഷിന്റെ സാമ്പത്തിക പരിമിതിക
ളൊന്നും അവളുടെ ആഗ്രഹങ്ങൾക്ക് തടസ്സം നില്ലരുത്.

ഇതുവരെ നാലു വീട്ടുകളിലാണ് സന്ദീപ്മാഷും കുടുംബവും വാട
കക്കാരായി താമസിക്കുന്നത്. നിരുപദ്രവിയായ സന്ദീപ്മാഷിനെ
കൊണ്ട് ആർക്കും ഒരു പ്രശ്നവും ഉണ്ടാകാറില്ല. എല്ലാ വാടകവീട്ടുകളും
അയാൾക്ക് സ്വന്തം വീടിനെ പോലെയാണ്. ഇപ്പോൾ താമസിക്കുന്ന

മാംസഭക്ഷകൾ

വീട്ടിൽ മാഷിന്റെ ഏഴു വർഷങ്ങൾ കടന്നുപോയിരിക്കുന്നു.

ദിവാകരൻമാഷിന്റെ വീടാണത്. ഒരു മകൻ മാത്രമാണ് അയാൾക്ക ള്ളത്. അച്ഛൻ മരിച്ചതോടെ മകൻ വേണുനാഥൻ അമ്മയെ മദിരാശിയി ലേക്ക് കൊണ്ടുപോയി. അയാൾക്ക് അവിടെയാണ് ഐ.ടി കമ്പനിയിൽ ജോലി. തിരക്കുപിടിച്ച തന്റെ ദിവസങ്ങൾക്കിടയിൽ രണ്ടോ മൂന്നോ വർഷം കൂടുമ്പോൾ മാത്രമാണ് അവർ നാട്ടിലേക്ക് വരിക. ഒരാഴ്ചയോളം വീട്ടിൽ താമസിച്ചതിനു ശേഷം തിരിച്ച പോവുകയും ചെയ്യം. അവരുടെ വരവ് സന്ദീപ്മാഷിനും കുടുംബത്തിനും സന്തോഷമുള്ള ദിവസങ്ങളാണ്.

എല്ലാ മാസവും ബാങ്ക് അക്കൗണ്ടിൽ വാടക പണമിടുന്ന സന്ദീ പ്മാഷിനെക്കുറിച്ച് വേണുനാഥന് നല്ല അഭിപ്രായമാണള്ളത്. മാഷ് സ്വന്തം വീടിനെ പോലെ വാടകവീടിനെ ശ്രദ്ധിക്കുന്നത കാണമ്പോൾ വേണുനാഥൻ ആത്മസംതൃപ്തി അനുഭവിച്ചു.

ഇപ്പോൾ വേണുനാഥൻ നാട്ടിലേക്ക വന്നിട്ട് മൂന്നു വർഷങ്ങൾ കഴിഞ്ഞിരിക്കുന്നു. അമ്മ ഗംഗാദേവിയുടെ മരണത്തോടെ അയാളുടെ നാട്ടിലേക്കുള്ള യാത്ര പൂർണ്ണമായും അവസാനിച്ചു. ഒരിക്കൽ ഫോൺ ചെയ്യപ്പോൾ വീടുവില്ലാനുള്ള തന്റെ താല്പര്യത്തെക്കുറിച്ച് അയാൾ സൂചിപ്പിച്ചിരുന്നു. മക്കൾ നാട്ടിലെ ജീവിതം ഇഷ്ടപ്പെടുന്നില്ലെന്നും അയാൾ പറഞ്ഞു. ഇപ്പോൾ അയാൾക്ക് വീടുംതൊടിയും അനാവശ്യ മുടക്കുമുതലായി തീർന്നിരിക്കുകയാണ്.

തന്റെ ഭാവനയിലെ വീട്ടില്പള്ളതിനെക്കാളും വിസ്താരമായ തൊടിയുടെ നടുക്കാണ് ഇപ്പോൾ സന്ദീപ്മാഷ് താമസിക്കുന്നത്. ഒഴിവുസമയങ്ങ ളിൽ യഥേഷ്ടം അയാൾക്ക് തൊടിയിൽ പണിയെടുക്കാൻ കഴിഞ്ഞു. സമയവും മക്കളും കൂടെ നല്ലൊരു അടുക്കളത്തോട്ടം ഉണ്ടാക്കി. ഇതെല്ലാം മറ്റ് വാടകക്കാർക്ക് ഇല്ലാത്ത സൗകര്യങ്ങളാണ്. വേണുനാഥൻ അത്യാ ർത്തിയുള്ള ആളല്ല. അതുകൊണ്ട് വീടിന് മിതമായ വിലയാണ് പറയുക.

പുതിയ വീടാണെങ്കിൽ അച്ഛനായ രാമൻകുട്ടിയുടെ വീടുകെട്ടുന്ന രീതിയോടാണ് സന്ദീപ്മാഷിന് താല്പര്യം. കാലഗതി അനുസരിച്ച് ചില മാറ്റങ്ങൾ വരുത്താമെന്നമാത്രം. ചുള ഉണ്ടാക്കാനായി അച്ഛൻ തമിഴ ന്മാരെയാണ് കൊണ്ടുവന്നത്. അവർ തൊടിയിൽ തന്നെ ചാളകൾ കെട്ടി താമസമാരംഭിച്ചു. പിന്നീടാണ് അവർ പണി ഇടങ്ങുന്നത്. മണ്ണ വെട്ടി കഴച്ച അവർ ആദ്യമായി പച്ചക്കല്ലുകളെയാണ് ഉണ്ടാക്കുന്നത്. പിന്നീട് അവയെ വെയിലത്ത് ഉണക്കാൻ വെച്ചു. അതിനുശേഷമാണ് ചുള ഉണ്ടാക്കുന്നത്. തീ കത്തിക്കാൻ വേണ്ടി തൊടിയിലെ മരങ്ങളെ തന്നെ അവർ ഉപയോഗിച്ചു.

വീടിനും മതിലിനുമുള്ള ചെങ്കല്ലുകൾക്ക വേണ്ടി സ്വയം വളർത്തിയ മരങ്ങളെയാണ് അച്ഛൻ മുറിക്കുന്നത്. മരപ്പണിക്ക് വേണ്ടി തൊടിയിലെ തേക്കിനെയും വേപ്പിനെയുമാണ് അച്ഛൻ ഉപയോഗിച്ചത്. കാളവണ്ടി പ്പുരയിൽ ഇരുന്ന് ആശാരിമാർ പണിയെടുത്തു. ചുറ്റപാടുമുള്ള പല പണിക്കാരും ചേർന്നാണ് അച്ഛന്റെ മനോഗതി അറിഞ്ഞ് ഒരു ഓട്ടുപുര ഉണ്ടാക്കുന്നത്. ഒന്നരഏക്കർ വരുന്ന തൊടിയിലെ ആ വീട് സന്ദീപ്മാ ഷിന്റെ ഓർമ്മകളുമായി എക്കാലത്തും ബന്ധപ്പെട്ടു കിടക്കുന്നു. ധാരാളം പക്ഷിമൃഗാദികളും വളർത്തുമൃഗങ്ങളും അവിടെ ഉണ്ടായിരുന്നു. ആ വീട് ഇപ്പോൾ വർഷങ്ങളായി മാഷിന്റെ ഓർമ്മകളിൽ മാത്രമാണുള്ളത്.

അച്ഛനും കൂട്ടരും കടബാദ്ധ്യതകൾ ഇല്ലാതെയാണ് വീട്ട കെട്ടിയത്. അവർ ചെറിയ സംഖ്യകളെ കരുതിവെച്ച് വീട്ടുണ്ടാക്കി. ആർക്കും ബാദ്ധ്യതകളില്ലാതെ ജീവിക്കുകയും ചെയ്തു. ആ കാലം എപ്പോഴോ നഷ്ടമായിരിക്കുന്നു. ഇപ്പോൾ കടത്തിൽ നിന്ന് കടത്തിലേക്കാണ് എല്ലാവരും നീങ്ങുന്നത്.

വാടകവീട് വാങ്ങാനുള്ള സന്ദീപ്മാഷിന്റെ തീരുമാനത്തെ ആരും അംഗീകരിച്ചില്ല. മക്കൾ പോലും വാർപ്പവീടിനെയാണ് ഇഷ്ടപ്പെട്ടത്. സുമ ഇരുനില വീടിനുവേണ്ടി എപ്പോഴും നിർബ്ബന്ധം പിടിക്കുകയാണ്

ഇത്തരമൊരു സാഹചര്യത്തിലാണ് സേതുമാഷിനോട് സന്ദീപ്മാഷ് അഭിപ്രായം ചോദിക്കുന്നത്. മടിച്ചുമടിച്ചാണെങ്കിലും സേതുമാഷ് പറഞ്ഞു:

'മാഷിന്റെ ഭാര്യ എന്നെ വിളിച്ചിരുന്നു. അവർക്ക് ഇരുനില ടെറസ്സ് വീടാണ് ഇഷ്ടം. കുട്ടികൾക്കും അതാണ് താല്പര്യം. മാഷ് അനാവശ്യ മായി നിർബ്ബന്ധം പിടിക്കരുത്. കാലത്തിനൊത്ത നീങ്ങാൻ നമുക്ക് കഴിയണം.'

അങ്ങനെയാണ് ഇരുനില വാർപ്പവീട്ട പണിയാൻ സന്ദീപ്മാഷ് തീരുമാനിക്കുന്നത്.

പുതിയ വീട്ടുപണിയാനുള്ള തീരുമാനത്തെ അറിഞ്ഞപ്പോൾ പരിസര ബോധമില്ലാതെ സുമ അയാളെ കെട്ടിപ്പിടിച്ചു. അനഘയും അംഗിതയും അയാളുടെ കവിളിൽ ഉമ്മ വെച്ചു.

അനഘ പതിനാല്വയസ്സുകാരിയാണ്. ഗേൾസ് ഹൈസ്കൂളിൽ ഒമ്പതിൽ പഠിക്കുന്നു. പതിനൊന്നുവയസ്സുകാരി അംഗിത ആറിൽ അവിടെ തന്നെയാണ് പഠിക്കുന്നത്. പെൺകുട്ടികൾ പെട്ടെന്ന തന്നെ വളരുമെന്നാണ് സുമ പറയുന്നത്. അവരുടെ കല്ല്യാണത്തിന മുമ്പ് വീട്ട കെട്ടി കടബാദ്ധ്യതകളെല്ലാം തീർക്കണം. ഇതെല്ലാം സന്ദീപ്മാഷിന്റെ

ഔദ്യോഗിക കാലത്തു തന്നെ നടക്കണം.

ഒരു തീരുമാനത്തിൻ എത്തിച്ചേർന്നതോടെ സന്ദീപ്മാഷ് വീട്ടുകെട്ടാനുള്ള ഒരുക്കങ്ങൾ ആരംഭിച്ചു.

ബാങ്കിലെ നിക്ഷേപങ്ങളെയും പി.എഫിലെ കരുതിവെയ്പ്പുകളെയും സന്ദീപ്മാഷ് കണക്കുകൂട്ടി ആകെത്തുക നിശ്ചയിച്ചു. അവസാനമായി മാത്രമെ പി.എഫിനെ ആശ്രയിക്കാവൂ എന്നും മാഷ് തീരുമാനിച്ചു. ആദ്യമായി വീട്ടുവെയ്ക്കാനുള്ള പറമ്പാണ് വാങ്ങേണ്ടത്. അതിനശേഷമാണ് ബാക്കി കാര്യങ്ങളെല്ലാം തുടങ്ങേണ്ടത്.

സേതുമാഷിനോട് വിവരം പറഞ്ഞപ്പോൾ അത് സ്റ്റാഫ്റൂമിൽ വലിയൊരു ചർച്ചയായി. പലരും പലതരത്തിലുള്ള അഭിപ്രായങ്ങ ളാണ് പറഞ്ഞത്. ചിലർ ചെറിയ വീടിനെക്കുറിച്ച് ചർച്ച ചെയ്തു. പലരും ഇരുനില വീടാണ് ഇഷ്ടപ്പെട്ടത്. സന്ദീപ്മാഷ് അഭിപ്രായങ്ങളൊന്നും പറയാതെ വെറും കേൾവിക്കാരനായി.

പരമസാധുവായ സന്ദീപ്മാഷിനെ അയൽക്കാരനായി കിട്ടാൻ പലരും ആഗ്രഹിച്ചു. അതുകൊണ്ട് അടുത്തു തന്നെയുള്ള വീട്ടുവെയ്ക്കാനുള്ള സ്ഥലത്തെക്കുറിച്ച് അവർ അയാളോട് സൂചിപ്പിച്ചു. പലരും സ്ഥലം കാണാൻ സന്ദീപ്മാഷിനെ ക്ഷണിക്കുകയും ചെയ്തു. ചിലരുടെ കൂടെ ബൈക്കിൽ പോയി സന്ദീപ്മാഷ് സ്ഥലം കാണുകയുണ്ടായി. പക്ഷേ പല സ്ഥലങ്ങളും സാങ്കേതിക പ്രശ്നങ്ങളും നിലത്തിന്റെ കിടപ്പും കൊണ്ട് വിൽപ്പന നടക്കാതെ കിടക്കുകയാണ്.

സേതുമാഷും ഒന്നു രണ്ടു സ്ഥലങ്ങൾ സന്ദീപ്മാഷിന് കാണിച്ച കൊടുത്തു. പക്ഷേ ഒരു സ്ഥലം മാത്രമാണ് സന്ദീപ്മാഷിന് ഇഷ്ടപ്പെട്ടത്. എന്നാൽ തൊടിയിൽ കൂടെ കടന്ന പോകുന്ന ഇലക്ട്രിസിറ്റി ലൈൻ സന്ദീപ്മാഷിന്റെ പ്രതീക്ഷകളെ ഇല്ലാതാക്കി.

സന്ദീപ്മാഷ് വീണ്ടും പല സ്ഥലങ്ങളെയും വീട് വെയ്ക്കാനായി കാണുന്നുണ്ട്. ടൗണിന്റെ ചുറ്റുപാടിൽ തന്നെ അയാൾ സ്ഥലം അന്വേഷിച്ച കൊണ്ടിരുന്നു. ആശുപത്രിയും പോസ്റ്റ്ഓഫീസും പഞ്ചായത്തുമെല്ലാം അടുത്തതന്നെയാണ് വേണ്ടത്. പെട്ടെന്ന് എന്തെങ്കിലും സംഭവിച്ചാൽ ആർക്കും സഹായത്തിന് എത്തിച്ചേരാൻ കഴിയണം. കൂടാതെ വാഹനം പോകാനുള്ള വഴി അത്യാവശ്യമാണ്.

ഈ മുൻഗണനകളോടെയാണ് സന്ദീപ്മാഷ് സ്ഥലം അന്വേഷി ച്ചുകൊണ്ടിരുന്നത്. സ്കൂളിൽ നിന്ന് കുറെ ദൂരത്ത് വീട്ടുവെയ്ക്കാനുള്ള സ്ഥലങ്ങൾ ധാരാളമുണ്ട്. എന്നാൽ അവയുടെ പരിസരങ്ങളോട് സന്ദീപ്മാഷിന് ഒട്ടും താല്പര്യം തോന്നിയില്ല. സാംസ്കാരികമായും

സാമ്പത്തികമായും തരംതാഴ്ന്നവരുടെ കൂടെ താമസിക്കാൻ അയാൾ ആഗ്രഹിച്ചില്ല. ഇടത്തരക്കാരുടെ ഇടയ്ക്ക് സന്ദീപ്മാഷ് വീട് വെയ്ക്കാനുള്ള സ്ഥലം അന്വേഷിച്ചുകൊണ്ടിരുന്നു.

ചായകുടിയും പത്രവായനയും ഒന്നിച്ച നടത്തിക്കൊണ്ടിരുന്നപ്പോ ഴാണ് സന്ദീപ്മാഷിന്റെ മുമ്പിലേക്ക് ഒരു ചെറുപ്പക്കാരൻ കടന്നു വരുന്നത്. അയാൾ ചിരിച്ചപ്പോൾ സന്ദീപ്മാഷ് മറുചിരി നൽകി. ചെറുപ്പക്കാരനെ എതിരെയുള്ള കസേരയിൽ ഇരിക്കാൻ അയാൾ നിർബ്ബന്ധിക്കുകയും ചെയ്തു.

സ്വയം പരിചയപ്പെടുത്തിയ ചെറുപ്പക്കാരൻ തുടർന്നു പറഞ്ഞു:

'എന്റെ അറിവിൽ മാഷിന് വീട്ട വെയ്ക്കാൻ പറ്റിയ രണ്ടു മൂന്നു സ്ഥ ലങ്ങളുണ്ട്. ടൗണിൽ തന്നെയാണ്. പോസ്റ്റോഫീസിന്റെ പിന്നിലും ആശുപത്രിയുടെ അടുത്തും. നാട്ടനടപ്പനുസരിച്ചുള്ള വില കൊടുത്താൽ മതി. നമുക്ക് ഇപ്പോൾ തന്നെ സ്ഥലങ്ങൾ കാണാം.'

അപ്പോൾ തന്നെ സേതുമാഷിനോട് ആശുപത്രിയുടെ അടുത്തെ ത്താൻ സന്ദീപ്മാഷ് ആവശ്യപ്പെട്ടു. ദല്ലാളുമായി അയാൾ ആശുപത്രി യുടെ മുമ്പിലെത്തി. അധികം വൈകാതെ സേതുമാഷും വന്നു.

ഒറ്റനോട്ടത്തിൽ തന്നെ ആശുപത്രിയുടെ അടുത്തുള്ള സ്ഥലത്തെ അവർക്ക് ഇഷ്ടപ്പെട്ടില്ല. അത്യാസന്നമായ അന്തരീക്ഷമാണ് എവിടെയും. മോർച്ചറിക്ക് തൊട്ടാണ് വീട്ടവെയ്ക്കാനുള്ള സ്ഥലം. മോർച്ചറിയാണ് സ്ഥലം വിൽക്കാൻ തടസ്സമായി നിൽക്കുന്നത്. കൂടാതെ പന്ത്രണ്ടര സെന്റാണ്. സ്ഥലമുടമ അനാവശ്യമായ വാക്കുതർക്കങ്ങൾക്ക് തയ്യാ റല്ലെന്ന് ദല്ലാൾ അറിയിച്ചു. അതുകൊണ്ട് അയാൾ വിലയിൽ വലിയ വിട്ടുവീഴ്ചകളൊന്നും ചെയ്യില്ല.

പിന്നീടാണ് അവർ പോസ്റ്റ്ഓഫീസിനു പിന്നിലുള്ള വീട് വെയ്ക്കാനുള്ള പറമ്പിനെ കാണുന്നത്. ആദ്യത്തെ നോട്ടത്തിൽ തന്നെ സന്ദീപ്മാഷിന് സ്ഥലം ഇഷ്ടപ്പെട്ടു. സേതുമാഷിനും എതിരഭിപ്രായങ്ങൾ ഒന്നുമുണ്ടായി രുന്നില്ല..

ഇടത്തരക്കാരുടെ വീടുകളാണ് ചുറ്റുപാടുമുള്ളത്. അടുത്തതന്നെ ഒരു ഗണപതി അമ്പലമുണ്ട്. പോസ്റ്റാഫീസിലേക്കും പഞ്ചായത്ത്ഓഫീസി ലേക്കും ആശുപത്രിയിലേക്കും എളുപ്പത്തിൽ എത്താം. വളരെ അടുത്ത തന്നെയാണ് വില്ലേജ് ഓഫീസുമുള്ളത്.

പിറ്റേന്ന് അവധിയെടുത്ത സന്ദീപ്മാഷ് സുമയെയും കൂടെക്കൂട്ടി സ്ഥലം കാണാൻ പോയി. അവൾക്ക് ചുറ്റുപാടുകളെ പ്രത്യേകം ഇഷ്ടപ്പെടുകയും ചെയ്തു.

 മാംസഭക്കുകൾ

സുമ ചുറ്റുപാടുകളെ ശ്രദ്ധിച്ചുകൊണ്ടിരുന്നു. അപ്പോൾ സന്ദീപ്മാഷ് ദല്ലാളെ മൊബൈൽ ഫോണിൽ വിളിച്ചു. നിമിഷങ്ങൾക്കകം അയാൾ സന്ദീപ്മാഷിന്റെ മുമ്പിലെത്തി. പിന്നീട് അവർ സ്ഥലത്തിന്റെ വിലയെ ക്കുറിച്ചാണ് സംസാരിച്ചത്. നാട്ടുനടപ്പ് അനുസരിച്ചുള്ള വിലയാണ് സ്ഥലമുടമ പറഞ്ഞിരിക്കുന്നത്. വില കുറച്ച നൽകാൻ അയാൾ തയ്യാ റാണെന്ന് ദല്ലാൾ അറിയിച്ചു

സുമയെ വീട്ടിലേക്ക് പറഞ്ഞുവിട്ട സന്ദീപ്മാഷ് ദല്ലാളമായി സ്ഥലം ഉടമയുടെ അടുത്തെത്തി. സന്തോഷത്തോടെയാണ് അയാൾ അവരെ സ്വീകരിച്ചത്. സന്ദീപ്മാഷിന് അനാവശ്യമായ വാക്ക തർക്കങ്ങൾ നടത്തേണ്ടി വന്നില്ല. സ്ഥലമുടമ സെന്റിന് വില നിശ്ചയിച്ച പറഞ്ഞ പ്പോൾ സന്ദീപ്മാഷ് സമ്പ്രദായമനുസരിച്ച് താഴ്ത്തി ചോദിച്ചു. അയാൾ തന്നെ വിലകുറച്ച് പറയുകയാണ് ചെയ്തത്. അതോടെ സന്ദീപ്മാഷ് അഡ്വാൻസ് പണം കൊടുത്തു. പിറ്റേന്ന് അയാൾ ആവശ്യപ്പെട്ട സംഖ്യ കൊടുത്ത് കരാർ ഉറപ്പിക്കാമെന്ന് അവർ തീരുമാനിച്ചു.

കരാറുറപ്പിച്ച പണം നൽകിയതോടെയാണ് സന്ദീപ്മാഷിന് വേവലാ തികൾ ഇടങ്ങുന്നത്. ഇരുനിലവീട് ആകുമ്പോൾ അയാൾക്ക് ബാങ്കിൽ നിന്ന് കടം എടുക്കണം. അതിനുവേണ്ടി ഒരുപാട് രേഖകൾ ബാങ്കിന് നൽകണം. വീട് പണിയാൻ നല്ലൊരു കോൺട്രാക്ടറെയും കണ്ടെ ത്തണം. വീടുകെട്ടുന്നതിന മുമ്പായി കിണർ കുഴിക്കണം. സന്ദീപ്മാഷിന് ബോർവെൽ വെള്ളത്തെക്കുറിച്ച് നല്ല അഭിപ്രായമല്ല ഉള്ളത്. സുമയും മക്കളും കിണർ വെള്ളമാണ് ഇഷ്ടപ്പെടുന്നത്.

നാൽപ്പത്തഞ്ച് ദിവസത്തെ കരാർ കാലാവധിയാണുള്ളത്. എങ്കിലും ഒരു മാസത്തിനുള്ളിൽ തന്നെ സന്ദീപ്മാഷ് സ്ഥലം ഉടമസ്ഥത രജി സ്റ്റർ ചെയ്ത വാങ്ങിച്ചു. തുടർന്ന് അയാൾ ബാങ്കിനെ സമീപിച്ചു. സന്ദീപ്മാ ഷിന് മുഴുവൻ പണവും ആവശ്യമുണ്ടായിരുന്നില്ല. ബാങ്കിൽനിന്ന് ഒന്നാം നിലയ്ക്കുള്ള സംഖ്യ മാത്രമാണ് കടംവാങ്ങാൻ സന്ദീപ്മാഷ് നിശ്ചയിച്ചത്.

പിന്നീട് വീട്പണിയാൻ ബാങ്ക് ആവശ്യപ്പെട്ട രേഖകളെ ഉണ്ടാക്കാ നുള്ള ശ്രമങ്ങളാണ് സന്ദീപ്മാഷ് നടത്തുന്നത്. പതിനാല് വർഷത്തി ന്റെ കുടികടസർട്ടിഫിക്കറ്റാണ് അവർ ആവശ്യപ്പെട്ടത്. കരം അടച്ച രശീതിയും വേണം. വീടിന്റെ സ്കെച്ചും പ്ലാനും അത്യാവശ്യമാണ്. ആധാരവും അടിയാധാരവും നൽകണമെന്ന് ബാങ്ക് മാനേജർ അയാളോട് പറഞ്ഞു. തുറപണിക്ക ശേഷം ഗഡുക്കളായി സംഖ്യ തരാമെന്നും ബാങ്ക് മാനേജർ ഉറപ്പിച്ചപറഞ്ഞു.

പിന്നീട് സന്ദീപ്മാഷ് അത്യാവശ്യമായ രേഖകളെ ഉണ്ടാക്കാന ഉള്ള ശ്രമങ്ങളാണ് നടത്തുന്നത്. ആധാരം എഴുത്തുകാരൻ കുടികിട

സർട്ടിഫിക്കറ്റിനുള്ള അപേക്ഷ അയാളിൽ നിന്ന് എഴുതി വാങ്ങിച്ചു. കരം അടച്ച രശീതിയും സന്ദീപ്മാഷ് സംഘടിപ്പിച്ചു.

ഇതിനുശേഷമാണ് വീട്ടുകെട്ടുന്ന നല്ലൊരു കോൺട്രാക്ടറെ സന്ദീപ്മാഷ് അന്വേഷിച്ചു തുടങ്ങുന്നത്. സ്റ്റാഫ്റൂമിൽ സന്ദീപ്മാഷിന്റെ വീട്ടുപണി വലിയൊരു ചർച്ചയായി. മിക്കവർക്കും കോൺട്രാക്ടർമാരെ ക്കുറിച്ച് നല്ല അഭിപ്രായമല്ല. പുതുതായി വീട്ടുകെട്ടിയവരെല്ലാം തന്നെ മനോവിഷമത്തോടെയാണ് വീട്ടുപണിയെ കണ്ടത്.

സേതുമാഷാണ് സന്ദീപ്മാഷിനെ ആശ്വസിപ്പിച്ചത്. ഇക്കാലത്ത് സ്വയം വീട്ടുകെട്ടുക വിഷമമമാണെന്ന് അയാൾ പറഞ്ഞു. അതുകൊണ്ട് കോൺട്രാക്ടറെ ആശ്രയിക്കുകയാണ് ശരിയായ വഴി. സർക്കാർ ഓഫീസുകളിലെ സാങ്കേതിക തടസ്സങ്ങളെ അവർ വേണ്ടതുപോലെ കൈകാര്യം ചെയ്യുന്നതാണ്.

സേതുമാഷാണ് ടൗണിൽ തന്നെയുള്ള കോൺട്രാക്ടറെ സന്ദീപ്മാഷി ന്റെ വീട്ടിൽ എത്തിക്കുന്നത്. പ്ലാനും സ്കെച്ചും എല്ലാം കോൺട്രാക്ടർ തന്നെ ഉണ്ടാക്കുന്നതാണ്. പഞ്ചായത്തിൽ നിന്നും വീട് പണിക്കുള്ള സമ്മതപത്രും അയാൾ സംഘടിപ്പിക്കും. സ്ക്വയർഫീറ്റിനുള്ള രൂപയെ ക്കുറിച്ച് കേട്ടപ്പോൾ സന്ദീപ്മാഷ് ഒരു നിമിഷം നിശ്ശബ്ദനായി. ഇടയ്ക്ക കയറി സംസാരിച്ച സേതുമാഷാണ് സന്ദീപ്മാഷിനെ ആശ്വസിപ്പിച്ചത്. ഒടുവിൽ ചെറിയൊരു സംഖ്യ കുറച്ച് കോൺട്രാക്ടർക്ക് കരാർ നൽകാൻ അവർ നിശ്ചയിച്ചു.

പിറ്റേന്ന് സന്ദീപ്മാഷും കോൺട്രാക്ടറും ചേർന്നാണ് സ്ഥലത്തിന്റെ നീളവും വീതിയും അളക്കുന്നത്. അതിനു മുമ്പു തന്നെ സന്ദീപ്മാഷിന്റെ വീടിനെക്കുറിച്ചുള്ള സങ്കല്പങ്ങളെ അയാൾ മനസ്സിലാക്കി. വീടിന്റെ പ്ലാനുമായി അധികം വൈകാതെ തന്നെ കാണാമെന്ന് കോൺട്രാക്ടർ പറഞ്ഞു

വീട്ടുകെട്ടാനുള്ള വെള്ളത്തിന്റെ സൗകര്യത്തെയാണ് സന്ദീപ്മാഷ് ആദ്യം ആലോചിച്ചത്. ഇത്തവണയും സേതുമാഷാണ് അയാളെ സഹാ യിച്ചത്. തന്റെ ദേശക്കാരനായ കിണറു കുഴിക്കുന്ന പഴനിമലയെ ഉടനടി വീട്ടിൽ എത്തിക്കാമെന്ന് സേതുമാഷ് ഏറ്റു.

വഴിവിട്ട നീക്കങ്ങളിൽ കൂടെ കാര്യങ്ങൾ നടത്താൻ ഒരിക്കലും സന്ദീപ് മാഷ് തയ്യാറായില്ല. സർക്കാർ സംവിധാനത്തെ സമീപിക്ക മ്പോഴാണ് അയാൾക്ക് തന്റെ തെറ്റിദ്ധാരണകളെ കൂടുതൽ മനസ്സി ലാക്കാൻ കഴിഞ്ഞത്. കോൺട്രാക്ടർ കാര്യം നടത്താൻ വേണ്ടി ഏതു മാർഗ്ഗത്തെയും സ്വീകരിക്കാൻ തയ്യാറായിരുന്നു. അതുകൊണ്ട് പണി

     മാംസഭുക്കുകൾ

ഉറപ്പിച്ചതോടെ അയാളാണ് പഞ്ചായത്തിൽ കൈക്കൂലി കൊടുത്ത് വീട്കെട്ടാനുള്ള അനുവാദം വാങ്ങിക്കുന്നത്. സന്ദീപ്മാഷ് അപേക്ഷ യിൽ ഒപ്പിടുക മാത്രമാണ് ചെയ്തത്.

എല്ലാ രേഖകളും കയ്യിൽ കിട്ടിയതോടെ സന്ദീപ്മാഷ് വീണ്ടും ബാങ്കിനെ സമീപിച്ചു. അപേക്ഷയും മറ്റ രേഖകളും വാങ്ങിവെച്ച ബാങ്ക് മാനേജർ എത്രയും വേഗം കാര്യങ്ങൾ നടത്തിത്തരാമെന്ന് ഉറപ്പിച്ചു.

അതോടെയാണ് സന്ദീപ്മാഷ് തന്റെ ചുറ്റപാടുകളെക്കുറിച്ച് ചിന്തിച്ചു തുടങ്ങുന്നത്. വീട്ടിൽ ഒതുങ്ങി ജീവിക്കുന്ന സുമ വലിയ കാര്യക്കാരി ഒന്നു മല്ല. അവൾ അനാവശ്യമായി ആരോട്ടും സംസാരിക്കാറില്ല. തെറ്റുകളെ കാണുമ്പോൾ പോലും അവൾ മുഖം തിരിക്കുകയാണ്. മക്കളെ ശാസിക്കുക മാത്രമാണ് സുമ ചെയ്യുക. ദേഷ്യത്തോടെ ചിലപ്പോൾ തുറിച്ചനോക്കും എന്നുമാത്രം. എല്ലാ കാര്യങ്ങളും താൻ തന്നെ ചെയ്യേ ണ്ടിവരുമെന്ന് അയാൾക്ക് ഉറപ്പായിരുന്നു. അതോടെ ആദ്യം തൊണ്ണൂറ്റ ദിവസം അവധി എടുക്കാൻ അയാൾ നിശ്ചയിച്ചു. അനാവശ്യമായ ബാദ്ധ്യതകളെ ഒഴിവാക്കാൻ ശമ്പളം കിട്ടുന്ന അവധിയാണ് സന്ദീ പ്മാഷ് എടുത്തത്.

വീട്കെട്ടാൻ തീരുമാനിച്ചതോടെ സന്ദീപ്മാഷിന്റെ ചിന്തകളിൽ മുഴുവൻ സിമന്റും കമ്പിയുമായി. അതോടെ അയാൾ പുറംവായനകളെ ഉപേക്ഷിച്ച് വീട് നിർമ്മാണത്തിനുള്ള പുസ്തകങ്ങളെ മാത്രം വായിച്ചുതുട ങ്ങി. മണലും സിമന്റും തമ്മിലുള്ള ചേരുവകളെയും കോൺക്രീറ്റിനെയും കുറിച്ച് അയാൾക്ക് വ്യക്തമായ ധാരണകൾ ഉണ്ടായി. ഇതിനിടെ പണി യുകൊണ്ടിരിക്കുന്ന ചില വീടുകളെ സന്ദീപ്മാഷ് കണ്ടുവന്നു.

ഇപ്പോൾ പുതിയൊരു വീടുകെട്ടാനുള്ള ആവേശത്തിലാണ് സന്ദീ പ്മാഷ് എത്തിയിരിക്കുന്നത്. പഞ്ചായത്ത് അനുമതിക്കായി പ്ലാൻ സമർപ്പിച്ചതോടെ പലരും സന്ദീപ്മാഷിനെ സമീപിച്ചതാണ്. മാഷ് പറഞ്ഞാൽ കോൺട്രാക്ടർ കേൾക്കുമെന്നാണ് അവരുടെ ധാരണ. എന്നാൽ കോൺട്രാക്ടറുടെ ഇഷ്ടമനുസരിച്ച്ചെയ്യാനാണ് സന്ദീപ്മാഷ് ആഗ്രഹിച്ചത്.

വീടിനുള്ള പ്ലാൻ ഉണ്ടാക്കുന്നതിനു മുമ്പ് സുമയുടെയും മക്കളുടെയും മോഹങ്ങളെ സന്ദീപ്മാഷ് അന്വേഷിച്ച് അറിഞ്ഞു. എല്ലാവരും അവരുടെ അത്യാവശ്യങ്ങൾ അനുസരിച്ചാണ് വീടുണ്ടാക്കുന്നത്. വാർപ്പ് വീടാകുമ്പോൾ കൂട്ടിച്ചേർക്കലുകൾ ഒരിക്കലും നടക്കില്ല. കൂട്ടി ക്കെട്ടുമ്പോൾ സ്വാഭാവികമായും ചോർച്ചകൾ ഉണ്ടാകും. മറ്റുള്ളവരുടെ അഭിപ്രായങ്ങളെ അനാവശ്യമായി സ്വീകരിക്കരുതെന്ന് സന്ദീപ്മാഷ് മുൻകൂട്ടി തീരുമാനിച്ചതാണ്.

വീടിനുള്ള പ്ലാൻ കണ്ടപ്പോൾ സുമയ്ക്ക് മുറികളെക്കുറിച്ച് ഒന്നും മനസ്സിലായില്ല. അതേ അനുഭവമാണ് മക്കൾക്കുമുള്ളത്. പുസ്തകങ്ങളിൽ നിന്നും പല വീടുകളുടെയും പ്ലാനുകൾ കണ്ട സന്ദീപ്മാഷിന് വീടിന്റെ രേഖാചിത്രങ്ങളെ കണ്ടാൽ കാര്യങ്ങളെ മനസ്സിലാക്കാനുള്ള കഴിവുണ്ട്.

സന്ദീപ്മാഷ് എപ്പോഴും സേതുമാഷിനോടാണ് എല്ലാ കാര്യങ്ങളും സംസാരിക്കുക. അയാളുടെ ജീവിതത്തിൽ സേതുമാഷിന് പ്രത്യേകമായ സ്ഥാനമാണുള്ളത്. സന്ദീപ്മാഷിന്റെ സുമയുമായുള്ള വിവാഹത്തിന് മുൻകൈ എടുത്തതും സേതുമാഷാണ്. കൂടാതെ സന്ദീപ്മാഷിന് വാടകവീട് ഏർപ്പാട് ചെയ്തതും സേതുമാഷാണ്. വിവാഹത്തിന്റെ ആദ്യകാലങ്ങളിലെ സാമ്പത്തിക പ്രശ്നങ്ങളെ അയാൾ കണ്ടറിഞ്ഞു സഹായിച്ചിട്ടുണ്ട്. സ്വാഭാവികമായും സേതുമാഷും സന്ദീപ്മാഷും പരസ്പരം ഒരു തുറന്ന പുസ്തകമാണ്. അവരുടെ കുടുംബങ്ങൾ തമ്മിൽ ഇഴപിരിയാത്ത ബന്ധമാണുള്ളത്.

സന്ദീപ്മാഷിന്റെ ഏകദേശ സ്വഭാവമാണ് സേതുമാഷിനുമുള്ളത്. ആരോട്ടും അനാവശ്യമായി സംസാരിക്കാറില്ല. ഇടപഴകലുകളിൽ പരമാവധി സത്യസന്ധത പാലിക്കാറുണ്ട്. അത്യാവശ്യഘട്ടങ്ങളിൽ ആരെയും ഉദാരമായി സഹായിക്കും. നാട്ടുകാരൻ ആയതുകൊണ്ട് എല്ലാവരുമായും നല്ല ബന്ധമാണുള്ളത്. അദ്ധ്യാപക ജോലിക്ക പുറമേ കൃഷികാര്യങ്ങളുമുണ്ട്. അതെല്ലാം അയാളുടെ ഭാര്യ സുമലതയാണ് ചെയ്യുന്നത്. ആകെ ഒരു മകനെ ഉള്ളൂ. അവനിപ്പോൾ പ്ലസ്വണ്ണിലാണ്. സേതുമാഷിന്റെ അച്ഛൻ അയാളുടെ പതിനാലാം വയസ്സിൽ മരിച്ചു. പിന്നീട് അമ്മയാണ് സേതു മാഷിനെ വളർത്തി വല്യതാക്കിയത്. അഞ്ചു വർഷങ്ങൾക്ക മുമ്പ് അവരും മരിച്ചു.

ഇപ്പോൾ വലിയ പ്രയാസങ്ങൾ ഇല്ലാതെ സേതുമാഷിന്റെ ജീവിതം മുമ്പോട്ട നീങ്ങുകയാണ്.

കോണ്ട്രാക്ടറെ നിശ്ചയിച്ചതോടെ സന്ദീപ്മാഷ് വീട്ടുപണിക്ക് കരാർ എഴുതാൻ തയ്യാറായി. എല്ലാത്തിനും രേഖകൾ വേണമെന്നും ആർക്കും തന്നെക്കൊണ്ട് പ്രയാസങ്ങൾ ഉണ്ടാകരുതെന്നും അയാൾക്ക് നിർബ്ബ ന്ധമാണ്.

പ്രാർത്ഥനാമുറിയിൽ വെച്ച് പൂജിച്ചതിനുശേഷമാണ് സന്ദീപ്മാഷ കോണ്ട്രാക്ടറെ കൊണ്ട് സ്റ്റാമ്പേപ്പറിൽ കരാർ പത്രം എഴുതിപ്പി ക്കുന്നത്. മുദ്രപത്രത്തിൽ സാക്ഷികളായി സേതുമാഷും മഹേഷ്മാഷും ഒപ്പിട്ടു. കരാറിന്റെ പകർപ്പിനെയാണ് സന്ദീപ്മാഷ് കോണ്ട്രാക്ടർക്ക നല്കുന്നത്.

പിന്നീട് സന്ദീപ്മാഷ് പുതിയൊരു ഡയറി വാങ്ങിച്ചു. അതിനെ അയാൾ പൂജാമുറിയിൽ വെച്ച് പൂജിച്ചു. ആ ഡയറിയിലാണ് ഇനി കോൺട്രാക്ടർക്കു കൊടുക്കുന്ന പണത്തെക്കുറിച്ച് കണക്കു വെയ്ക്കേണ്ടത്.

പാരമ്പര്യ ചിന്തകളെയും ജീവിത രീതികളെയും ഒരിക്കലും മാറ്റി പണിയാൻ സന്ദീപ്മാഷ് തയ്യാറായില്ല. സുമയ്ക്കും അത്തരം മനോഭാവങ്ങൾ തന്നെയാണുള്ളത്. പ്രണയത്തിൽ മാത്രമാണ് അവർ വിട്ടുവീഴ്ചകൾ ചെയ്തിട്ടുള്ളത്.

അതുകൊണ്ട് വീട്ടുകെട്ടുന്നതിന് മുമ്പായി സന്ദീപ്മാഷും കുടുംബവും ഗുരുവായൂരിലേക്കു പോയി. അവർ ഭഗവാനെ നിറകണ്ണുകളോടെ കണ്ടു മടങ്ങി. വീട്ടുവെക്കാൻ ഒരു തടസ്സവും ഉണ്ടാകരുതെന്ന കരുതി അവർ കുന്നംപള്ളി ഗണപതിക്ക് ഒരു വിഘ്നേശ്വരപൂജ കഴിച്ചു. സന്ദീപ്മാഷിന്റെ നിശ്ചയങ്ങൾ അനുസരിച്ചാണ് എല്ലാം ചെയ്തത്.

കോൺട്രാക്ടറെക്കുറിച്ച് വീണ്ടും ചില വിശദമായ അന്വേഷണങ്ങൾ സന്ദീപ്മാഷ് നടത്തി. അയാൾക്ക് വലിയ സാമ്പത്തിക സ്ഥിതിയൊന്നുമില്ല. അച്ഛനും അമ്മയും ഏട്ടനും ഏട്ടത്തിയമ്മയും അടങ്ങുന്ന ചെറിയ കുടുംബം. ഏട്ടൻ പോലീസാണ്. ഏട്ടന് ആണും പെണ്ണുമായി രണ്ട് മക്കളുണ്ട്. കോൺട്രാക്ടർ അവിവാഹിതനാണ്. അയാൾ സേതുമാഷിന്റെ അകന്ന ബന്ധുവാണ്.

കോൺട്രാക്ടറെ അറിയുന്ന സേതുമാഷ് അയാളെ വിശ്വസിക്കാമെന്നു പറഞ്ഞു. എന്തിനും സന്ദീപ്മാഷിന്റെ കൂടെ താൻ ഉണ്ടാകുമെന്നം അയാൾ സൂചിപ്പിച്ചു. പിന്നീട് സേതുമാഷ് വീണ്ടും പറഞ്ഞു:

'ഒരിക്കലും കോൺട്രാക്ടർമാരെ കണ്ണടച്ചു വിശ്വസിക്കരുത്. അവർ നമ്മുടെ പണം കൊണ്ടാണ് വരുമാനം ഉണ്ടാക്കുന്നത്. കൂടുതൽ വരുമാനം ഉണ്ടാക്കാനാണ് അവർ ശ്രമിക്കുക. അത് മാഷിന് എപ്പോഴും ഓർമ്മവേണം.'

അത്തരമൊരു അറിവോടെയാണ് പിന്നീട് സന്ദീപ്മാഷ് കാര്യങ്ങളെ സമീപിക്കുന്നത്. അതോടെ മനുഷ്യനെ പുതിയൊരു കണ്ണോടെ കാണാൻ അയാൾക്ക് കഴിഞ്ഞു. അതുകൊണ്ട് ആലോചനയില്ലാതെ എന്തും ചെയ്യാൻ സന്ദീപ്മാഷ് തയ്യാറായില്ല. അയാൾ പലതവണ ചിന്തിച്ചതിനുശേഷമാണ് ഒരു തീരുമാനത്തിൽ എത്തുക.

കിണറ് കഴിക്കുന്നതിനു മുമ്പ് വീടിനുള്ള തറ കെട്ടാനാണ് കോൺട്രാക്ടർ തീരുമാനിച്ചത്. അതിനുവേണ്ടി അയാൾ അടുത്ത വീട്ടുകാരനുമായി സംസാരിച്ചിരുന്നു. വൈദ്യുതിയും വെള്ളവും അയാൾ നൽകാമെന്ന് ഏറ്റു.

എന്നാൽ ഇതിനൊന്നും സന്ദീപ്മാഷ് തയ്യാറായില്ല. അയാൾ ബാങ്ക് നടപടികൾ പൂർത്തിയാകുന്നതുവരെ കാത്തിരുന്നു.

ഒരു ദിവസം രാവിലെ ബാങ്കിന്റെ എൻജിനീയർ സന്ദീപ്മാഷിന്റെ വീട്ടിലെത്തി. പിന്നീട് അവർ പുതുതായി വീട്ടുപണിയുന്ന സ്ഥലം കണ്ടു. മാഷാരെക്കുറിച്ച് മുൻധാരണയുള്ള എഞ്ചിനീയർ ഔപചാരികമായാണ് എല്ലാ പരിശോധനകളും നടത്തിയത്. തറകെട്ടിയാൽ ഉടനടി തന്നെ ആദ്യ ഗഡു ലഭിക്കുമെന്നും അയാൾ പറഞ്ഞു.

അതോടെ സന്ദീപ്മാഷിന്റെ തളർച്ച മാറി. കൂടുതൽ കാര്യപ്രാപ്തി യോടെ അയാൾ മുമ്പോട്ട് നീങ്ങി.

ആചാരങ്ങളെ മുറതെറ്റാതെ നടത്തുന്ന സന്ദീപ്മാഷ് ജോത്സ്യനെ കണ്ട് നല്ലൊരു മുഹൂർത്തം നിശ്ചയിച്ചു. സന്ദീപ്മാഷ് കുറ്റി അടിക്കാൻ തയ്യാറായപ്പോൾ കോൺട്രാക്ടർ ആ ചുമതല ഏറ്റെടുത്തു

കോൺട്രാക്ടറുടെ ഇടപാടുകാരനായ നമ്പൂതിരിയാണ് കുറ്റിയടിക്കാൻ വേണ്ടി വന്നത്. സന്ദീപ്മാഷും കുടുംബവും കൃത്യസമയത്തു തന്നെ സ്ഥലത്തെത്തി. സേതുമാഷും വന്നിട്ടുണ്ട്. ഭൂമിപൂജയ്ക്കുശേഷം അയാൾ ചെറിയ ചെറിയ കുറ്റികളെ തറച്ചുവെച്ചു. വീടിന്റെ പ്ലാൻ അനുസരിച്ചാണ് അയാൾ ഓരോ മുറികൾക്കും വേണ്ടി കുറ്റികളെ തറച്ചത്. അവയെ എല്ലാം ചൂടിക്കയറുമായി കൂട്ടിയിണക്കുകയും ചെയ്തു.

നല്ലൊരു തുകയാണ് സന്ദീപ്മാഷ് നമ്പൂതിരിക്ക് ദക്ഷിണയായി നൽകിയത്. വിഘ്നങ്ങൾ ഉണ്ടാകരുതെന്ന് അയാൾ മനസ്സിൽ പ്രാ ർത്ഥിക്കുകയും ചെയ്തു. നമ്പൂതിരിയെ കോൺട്രാക്ടറാണ് കാറിൽ കയറ്റി പറഞ്ഞുവിട്ടന്നത്.

തുടർന്ന് സന്ദീപ്മാഷ് കിണറുകുഴിക്കാനുള്ള തയ്യാറെടുപ്പുകൾ നടത്തി തുടങ്ങി. കിണറു കുഴിക്കുന്നതിനോടൊപ്പം വീടിനുള്ള അസ്തിവാരവും കുഴിക്കാമെന്ന് അയാൾ കരുതി.

 മാംസഭക്ഷുകൾ

രണ്ട്

സന്ദീപ്മാഷ് ഇതിനിടെ സ്ഥലത്തെ ചുമട്ടുതൊഴിലാളിനേതാവിനെ കണ്ടു. സിമന്റ് ഇറക്കാൻ ചാക്കിന് നിശ്ചിത തുകയും അവർ തീരുമാനിച്ചു. കടക്കാരനും അവർക്ക് പണം നല്ലന്നതാണ്. ഇതിനെല്ലാം മുൻകൈയെടുത്തത് സേതുമാഷാണ്. അല്ലെങ്കിൽ നോക്കുകൂലിയും മറ്റുമായി അവർ അനാവശ്യപ്രശ്നങ്ങൾ ഉണ്ടാക്കുമെന്ന് അയാൾ പറഞ്ഞു.

ഭൂമിപൂജ കഴിഞ്ഞതിന്റെ നാലാം ദിവസമാണ് അസ്ഥിവാരം കഴിക്കാൻ ഇടങ്ങുന്നത്. അതിന് അടി കണക്കാക്കിയാണ് പണിക്കൂലി നിശ്ചയിച്ചത്. അതിന് മുമ്പുതന്നെ കോൺട്രാക്റ്റുമായി സന്ദീപ്മാഷ് ഇടപാടുകൾക്ക് രേഖകൾ ഉണ്ടാക്കി. പുതിയൊരു ഡയറിയിൽ തറ കെട്ടാൻ കൊടുക്കുന്ന മുൻകൂർ പണത്തെക്കുറിച്ച് അയാൾ എഴുതി. കോൺട്രാക്റ്റർ ഡയറിയിൽ ഒപ്പിട്ടതിനുശേഷം പണം വാങ്ങിക്കുകയും ചെയ്തു. രണ്ടുപേരും അമിതമായ സന്തോഷത്തോടെയാണ് പിരിയുന്നത്. അതിനു ശേഷമാണ് തമിഴൻമാർ അസ്ഥിവാരം കഴിക്കുന്നത്.

ഒരു ഞായറാഴ്ച രാവിലെ എട്ടുമണിയോടെ അപരിചിതനായ ഒരാളുമായി സേതുമാഷ് സന്ദീപ്മാഷിന്റെ വാടകവീട്ടിൽ എത്തി. അയാൾ പാരമ്പര്യമായി കിണർ കഴിക്കുകയാണ്. ബന്ധുക്കളും ഇതു തന്നെയാണ് ചെയ്യുന്നത്. അതുകൊണ്ട് യാതൊരു വിഷമവും കൂടാതെ സന്ദീപ്മാഷിന് ഉത്തമവിശ്വാസത്തോടെ പഴനിമലയെ പണി ഏൽപ്പിക്കാമെന്ന് സേതുമാഷ് പറഞ്ഞു.

തുടർന്ന് മൂന്നുപേരും കൂടി വീടു വെയ്ക്കാനുള്ള സ്ഥലത്തേയ്ക്കു പോയി. പഴനിമല ചുറ്റപാടുകളെ ശ്രദ്ധിച്ച് തൊടിയിൽ നടന്നു. അയാൾ വളരെ യധികം ഭവ്യതയോടെയാണ് സന്ദീപ്മാഷിനോട് പെരുമാറിയത്. കിണർ കഴിക്കാനുള്ള കൂലി ആഴവും വീതിയും കണക്കാക്കി ആണെന്ന് അയാൾ പറഞ്ഞു. നാട്ടുനടപ്പുനുസരിച്ചുള്ള തുകയും പറഞ്ഞു. എന്നാൽ അയാളുടെ കടുംപിടുത്തങ്ങൾക്ക് സേതുമാഷ് വഴങ്ങുന്നില്ല. അവസാനം പണികിട്ടാൻ വേണ്ടി തന്റെ മുൻനിശ്ചയങ്ങളിൽ നിന്ന് അയാൾക്ക് തുക കുറയ്ക്കേണ്ടി വന്നു. എങ്കിലും അത് എങ്ങനെയെങ്കിലും മുതലാക്കാമെന്ന തീരുമാനത്തിലാണ് പഴനിമല എത്തിയത്.

അടുത്തത് കിണറിന് സ്ഥാനം കാണാനുള്ള വിദഗ്ദ്ധനെയാണ്

കണ്ടെത്തേണ്ടത്. അത്തരക്കാർ തന്റെ പരിചയത്തിൽ ഉണ്ടെന്നും കൂടുതൽ മികച്ച ഒരാളെ കൊണ്ടുവരാമെന്നും പഴനിമല പറഞ്ഞു. പിറ്റേന്ന് തന്നെ ആളെ കൊണ്ടുവന്ന് വെള്ളമുള്ള സ്ഥലം കണ്ടെത്തി പണി തുടങ്ങാമെന്നും അയാൾ ഉറപ്പിച്ചു. പതിനഞ്ച് കോലാണ് അവർ കുഴിക്കാൻ തീരുമാനിച്ചത്. പതിനൊന്ന്കോൽ വീതിയും മതിയെന്ന് അവർ നിശ്ചയിച്ചു. അനാവശ്യമായി കിണറിന് വലിപ്പം കൂടിയാൽ വെറുതെ ചെലവ് കൂട്ടുകയാണ് ചെയ്യുക.

പറഞ്ഞതു പോലെ രാവിലെ തന്നെ പഴനിമല കിണറിന് വെള്ളം കണ്ടുപിടിക്കുന്ന ആളമായി എത്തി. ഒരു തേങ്ങയും കുറച്ച പഴവും ചന്ദ നത്തിരിയുമാണ് അയാൾ ആവശ്യപ്പെട്ടത്. മൂന്ന പേരും കൂടെ ഇറങ്ങാൻ തയ്യാറായപ്പോൾ സുമയ്ക്ക് അസ്വസ്ഥത തോന്നി. ശുഭകാര്യത്തിനു പോകുന്ന അവർക്ക് തടസ്സം വരാതിരിക്കാൻ വേണ്ടി അനഘയെയും അവൾ കൂടെ അയച്ചു.

ഭൂമിപൂജയ്ക്ക ശേഷം നീട്ടിപിടിച്ച കയ്യിൽ നാളികേരം വെച്ച് പരമേശ്വരൻ തൊടിയിൽ മുഴക്കെ നടന്നു. ചിലസ്ഥലങ്ങളിൽ എത്തുമ്പോൾ അയാൾ ബാധയേറ്റതു പോലെ വിറച്ചു. അവിടെ പഴനിമല കുറ്റിയടിച്ച് അടയാ ളപ്പെടുത്തി. ഇങ്ങനെ നാലു സ്ഥലങ്ങളാണ് അയാൾ കണ്ടെത്തിയത്. രണ്ടു സ്ഥലങ്ങളിൽ ധാരാളം വെള്ളമുണ്ടെന്നും സൗകര്യം അനുസരിച്ച് അവയെ മാഷിന് തെരഞ്ഞെടുക്കാമെന്നും പരമേശ്വരൻ പറഞ്ഞു.

എന്നാൽ സന്ദീപ്മാഷ് ഉറന്നു പറഞ്ഞു:

'നിങ്ങൾ സ്ഥാനം പറഞ്ഞാൽ മതി. അതാണ് നല്ലത്.'

പടിഞ്ഞാറു ഭാഗത്തെയാണ് പരമേശ്വരൻ തെരഞ്ഞെടുത്തത്. മരക്ക റ്റിക്ക ചുറ്റളവായി പതിനൊന്നുകോൽ നീളമുള വടി പഴനിമല വെട്ടി യെടുത്തു. സന്ദീപ്മാഷ് അയാൾക്ക് ദക്ഷിണ നല്ലിയതോടെ പഴനിമല പിക്കാസുമായി പണിതുടങ്ങി. അപ്പോഴേക്കും അയാളുടെ സഹായികളും എത്തിച്ചേർന്നു. അവർ രണ്ടു പെണ്ണങ്ങളും ഒരു ചെറുപ്പക്കാരനുമാണ്. പണിസാധനങ്ങളെല്ലാം അവരുടെ കയ്യിൽ തന്നെയുണ്ട്.

പഴനിമലയും ഗോപാലനുമാണ് മണ്ണ് കുഴിച്ചുകൊണ്ടിരിക്കുന്നത്. സുശീലയും ശോഭനയും കൊട്ടയിൽ മണ്ണുവാരി ഇട്ടുകയാണ്. കുഴിയിൽ സന്ദീപ്മാഷ് മണ്ണുകൊട്ടാൻ പറഞ്ഞപ്പോൾ അവർ അങ്ങനെ ചെയ്തു തുടങ്ങി. മണ്ണ് കൂടി കിടന്നാൽ തറ കെട്ടുമ്പോൾ ചെളികലക്കുന്നതിന് എളുപ്പമാകു മെന്ന് സന്ദീപ്മാഷ് കരുതി.

നീണ്ട അവധി എടുത്ത സന്ദീപ്മാഷ് രാവിലെ തന്നെ വീട്പണിയുന്ന സ്ഥലത്ത് എത്തും. അതിനുശേഷമാണ് കിണർ കുഴിക്കുന്നവരും മറ്റും

     മാംസഭക്ഷകൾ

വരുക. രണ്ടുദിവസം കഴിച്ചതോടെ കിണർ വല്ലാതെ താഴാൻ തുടങ്ങി. പിന്നീട് അവർ മുളകളിൽ ചകടകെട്ടി കൊട്ട വലിച്ചുതുടങ്ങി. മരക്കൊ മ്പിലാണ് അവർ കയറിനെ കെട്ടിയിരിക്കുന്നത്. മരക്കൊമ്പിനെ വലിച്ച നീട്ടുകയാണ് പെണ്ണങ്ങൾ ചെയ്യുന്നത്. രണ്ടുപേർ ചേർന്ന് കൊട്ടയിലെ മണ്ണിനെ തൊടിയിൽ ഇടുന്നുണ്ട്.

ഇപ്പോൾ സന്ദീപ്മാഷിന് കിണറ്റിന്റെ ആഴത്തെയും വട്ടത്തെയും കുറിച്ച് വ്യക്തമായ ധാരണകളൊന്നുമില്ല. കിണർ കുഴിക്കുന്നത് താഴ്ന്ന കൊണ്ടിരിക്കുമ്പോൾ അയാൾക്ക് ഇരുണ്ട കാഴ്ചയാണ് ലഭിക്കുക. വെള്ളത്തിന്റെ ചെറിയൊരു ലക്ഷണം പോലും പുറമേയ്ക്ക് കാണുന്നില്ല.

അതോടെ സന്ദീപ്മാഷിന്റെ മനസ്സിൽ വേവലാതിയായി. തന്റെ ആശങ്കയെക്കുറിച്ച് എന്നും വൈകുന്നേരങ്ങളിൽ വരുന്ന സേതുമാഷി നോട് അയാൾ പറഞ്ഞു. സേതുമാഷ് എപ്പോഴും മാഷിനെ ആശ്വസി പ്പിച്ചു.

മൂന്നു ദിവസം കൊണ്ട് തന്നെ അസ്തിവാരച്ചാലുകളെ തമിഴന്മാർ ഉണ്ടാക്കി. ഓരോ മുറികളുടെയും നടുക്കായി അവർ മണ്ണ് കുമ്പകൂട്ടി വെച്ചു. അതു കാണുമ്പോൾ സന്ദീപ്മാഷിന് കൂടുതൽ പരിഭ്രമമാണ് തോന്നിയത്. വീട്ടുകെട്ടിത്തീർക്കണമെന്ന ചിന്ത അയാളെ വല്ലാതെ വിഷമിപ്പിച്ചു.

അസ്തിവാരത്തിന് ചാലുകൾ കീറിയ തമിഴൻമാർ പണികഴിഞ്ഞു പോകുമ്പോൾ പണത്തിനു വേണ്ടി താണുകേണപേക്ഷിച്ചു. കോൺട്രാ ക്ടർക്ക് പണമെല്ലാം കൊടുത്തിട്ടുണ്ടെന്ന മറുപടിയാണ് സന്ദീപ്മാഷ് പറഞ്ഞത്. എങ്കിലും ഒരാൾ കാലിൽവീണ ചോദിച്ചപ്പോൾ അയാൾക്ക് ചില വിട്ടുവീഴ്ചകൾ ചെയ്യേണ്ടിവന്നു. വളരെ ചെറിയൊരു സംഖ്യയാണ് മാഷ് കൊടുത്തത്.

വീട്ടുകെട്ടുമ്പോൾ അനാവശ്യ ചെലവുകളെ പരമാവധി ഒഴിവാക്ക ണമെന്ന് സന്ദീപ്മാഷ് നിശ്ചയിച്ചതാണ്. അതുകൊണ്ട് അതത ദിവസത്തെ കണക്കുകളെ അയാൾ കൃത്യമായി ഡയറിയിൽ എഴുതി വെച്ചു. എങ്കിലും ഇപ്പോൾ തന്നെ അയാളുടെ കണക്കുകൂട്ടലുകൾക്ക് അപ്പുറത്താണ് കാര്യങ്ങൾ നീങ്ങിക്കൊണ്ടിരിക്കുന്നത്.

ഇപ്പോൾ സന്ദീപ്മാഷിന്റെ പുസ്തകവായനകൾ പൂർണ്ണമായും ഇല്ലാ തായിരിക്കുന്നു. എണീറ്റുംം കുളിച്ച് ആഹാരം കഴിക്കുന്ന അയാൾ പതുവുമായി വീട്ടുകെട്ടുന്ന തൊടിയിലേക്ക് വരികയാണ് പതിവ്. സേതു മാഷിന്റെ മുന്നറിയിപ്പിനെ അയാൾ എപ്പോഴും ഓർത്തുകൊണ്ടിരുന്നു. പണിക്കാർ അനാവശ്യമായി പണിനീട്ടാനാണ് ശ്രമിക്കുക. ഓരോ

ദിവസം കൂട്ടന്തോറും അവർക്ക് വരുമാനം കൂട്ടുകയാണല്ലോ.

പത്രവുമായി വന്ന സന്ദീപ്മാഷ് മരച്ചുവട്ടിൽ ഇരുന്ന് വിസ്തരിച്ച് വാർത്തകളെ വായിച്ചു. അയാൾ ഇടയ്ക്കിടെ എണീറ്റ് കിണർ കുഴിക്കുന്നത് ശ്രദ്ധിച്ചു. കരാർപണി ആണെങ്കിലും ഒരു ശ്രദ്ധ അത്യാവശ്യമാണെന്ന് സന്ദീപ്മാഷിന് ബോധ്യമുണ്ട്.

ഇപ്പോൾ കിണറിന്റെ ആഴം അഞ്ചുകോലോളം താഴ്ന്നിരിക്കുന്നു. കാഴ്ചകൾ കൂടുതൽ കൂടുതൽ ഇരുണ്ടുവരികയാണ്. പഴനിമല കിണറ്റി ലിറങ്ങാൻ സന്ദീപ്മാഷിനെ ഇടയ്ക്കിടെ ക്ഷണിക്കാറുണ്ട്. അയാൾക്ക് അതിനുള്ള ധൈര്യമുണ്ടായില്ല. വെറുമൊരു കയറിൽ കൂടെയാണ് അവർ വരവുപോക്കുകൾ നടത്തുന്നത്. അത്തരമൊരു അപകടകര മായ നീക്കത്തിന് സന്ദീപ്മാഷ് തയ്യാറായില്ല. അതുകൊണ്ട് അവർ നൽകുന്ന കണക്കുകളെയാണ് സന്ദീപ്മാഷ് സ്വീകരിച്ചത്. കോലളവ് കണക്കാക്കിയാണ് അയാൾ കൂലി നൽകിയത്.

പിറ്റേന്ന് ഗോപാലനുമായി നേരത്തെവന്ന പഴനിമല അന്നത്തെ പണിക്ക വേണ്ട നിർദ്ദേശങ്ങൾ അയാൾക്ക് നൽകി. അതിനുശേഷം അയാൾ മാഷിന്റെ വരവ് കാത്തുനിന്നു.

സന്ദീപ്മാഷ് എത്തിയപ്പോൾ പഴനിമല പറഞ്ഞു:

'എനിക്ക് മറ്റൊരു കിണറുപണി കിട്ടിയിട്ടുണ്ട്. ഗോപാലനെ പണിയെല്ലാം ഏർപ്പാട്ട ചെയ്തിട്ടുണ്ട്. ഞാൻ വൈകുന്നേരം വരാം.'

മനോവിഷമം ഉണ്ടെങ്കിലും സന്ദീപ്മാഷ് തടസ്സങ്ങളൊന്നും പറഞ്ഞി ല്ല. പഴനിമല പോയതിന് ശേഷമാണ് പെണ്ണങ്ങൾ പണിക്കവരുന്നത്. അതിനുശേഷം പുതിയൊരു ചെറുപ്പക്കാരനും എത്തി.

ഇപ്പോൾ അവർ എന്നത്തേയും പോലെ പണി ചെയ്യുകയാണ്. പുറമെ കൊട്ടുന്ന മണ്ണിന്റെ നിറമാകെ മാറിയിരിക്കുന്നു. ഇരുണ്ട ചുവപ്പിൽ നിന്ന് വെളുത്ത നിറത്തിലേക്ക് എത്തിയിരിക്കുന്നു. പുതുമണ്ണിന്റെ മണമാണ് എവിടെയും.

പിറ്റേന്നാണ് മണ്ണിന്റെ നിറവ്യത്യാസത്തോടൊപ്പം വെള്ളത്തിന്റെ നനവു കാണുന്നത്. പുറമേയ്ക്ക് കൊട്ടിയ മണ്ണിനെ ആഹ്ലാദത്തോടെ സന്ദീപ്മാഷ് കയ്യിലെടുത്തു. പിന്നീട് അയാൾ തീവ്രമായ വികാരങ്ങ ളോടെ മണ്ണിനെ മണത്തു.

സുമയെ ഫോണിൽ വിവരം അറിയിച്ചപ്പോഴാണ് സന്ദീപ്മാഷിന് സമാധാനമായത്. അയാൾ സേതുമാഷിനെയും വിവരം അറിയിച്ചു.

ഇപ്പോൾ കിണറിന്റെ ആഴം ഒമ്പതു കോൽ കഴിഞ്ഞിരിക്കുന്നു.

അഗാധതയിൽ നടക്കുന്നതൊന്നും മുകളിൽ നിന്ന് ആർക്കും തിരിച്ചറി യാൻ കഴിയുന്നില്ല. കൊട്ടയിൽ മണ്ണ് മുകളിൽ വരുമ്പോഴാണ് ഉള്ളിൽ എന്തെങ്കിലും സംഭവിക്കുന്നുണ്ടെന്ന് തിരിച്ചറിയാനാകുക.

വൈകുന്നേരത്തോടെ വന്ന പഴനിമല സന്ദീപ്മാഷിനോട് പറഞ്ഞു:

'നാളെ മുതൽ തോട്ട വെക്കേണ്ടി വരും. മരുന്നിനുള്ള പണം വേണം. എന്നാലേ പണി നടക്കൂ.'

സന്ദീപ്മാഷ് ഒന്നും പറയാതെ തോട്ടയ്ക്കുള്ള പണം കൊടുത്തു. പണം വാങ്ങി എണ്ണി നോക്കിയ പഴനിമല ഇനിയും തോട്ടയ്ക്ക് പണം വേണ്ടിവ രുമെന്നു പറഞ്ഞു മുമ്പോട്ടനടന്നു.

കിണറു കുഴിക്കാനുള്ള ചെലവു കണക്കുകൾ നോക്കിയ സന്ദീപ്മാ ഷിന് കാര്യങ്ങൾ കൈവിട്ടു പോകുകയാണെന്ന് തോന്നി. മറ്റുപലരും കുറഞ്ഞ ചെലവിൽ കിണർ കുഴിച്ചിട്ടുണ്ട്. കിണറുകെട്ടാനാണ് കൂടുതൽ പണം ചെലവഴിക്കേണ്ടി വരിക. എന്നാൽ തോട്ട ഉപയോഗിക്കുന്ന തോടെ ചെലവുകൾ കൂടുകയാണ്.

പിറ്റേന്ന് തോട്ട പൊട്ടിയപ്പോൾ വലുതായൊന്നും പാറക്കല്ലുകൾ വന്നില്ല. അധികവും നുരപാറകളാണ്. സന്ദീപ്മാഷിന്റെ ചോദ്യങ്ങളെ വാക്കേറ്റങ്ങൾ കൊണ്ടാണ് പഴനിമല നേരിട്ടത്. കണക്കുകൂട്ടലുകൾക്ക് അപ്പുറത്താണ് ചെലവുകൾ കൂടുന്നതെന്ന് മാഷ് സൂചിപ്പിച്ചു.

മൂന്നുദിവസമായി പഴനിമല നുരപാറ പൊട്ടിക്കുകയാണ്. ഇപ്പോൾ ഏകദേശം കിണറിന്റെ ആഴം പതിമൂന്നു കോല് കഴിഞ്ഞിരിക്കുന്നു. കിണറ്റിൽ ധാരാളം വെള്ളവുമുണ്ട്. രാവിലെ മോട്ടോർ അടിച്ച് വെള്ളം പുറത്തേയ്ക്ക് കളഞ്ഞതിനുശേഷമാണ് അവർ പണി തുടങ്ങുക. തോട്ട വലിയ ശബ്ദത്തോടെയാണ് പൊട്ടുന്നതെങ്കിലും എപ്പോഴും നുരപാറ ക്കട്ടകളാണ് പുറമേയ്ക്കവരുന്നത്.

ഒരു ദിവസം സന്ദീപ്മാഷ് അതിരാവിലെ വീട് പണിയുന്ന സ്ഥലത്തെ ത്തി. പഴനിമലയുടെയും ഗോപാലന്റെയും ബൈക്കുകളെ കണ്ട് അയാൾ മുമ്പോട്ട നടന്നതാണ്. അപ്പോൾ പഴനിമലയുടെ ഒച്ചയെ വ്യക്തമായി സന്ദീപ്മാഷ് കേട്ടു.

'മാഷിന് കിണർ കുഴിപ്പിച്ച പരിചയമില്ല. നുരപാറയ്ക്ക് തോട്ടയൊന്നും വേണ്ടെന്ന് നമുക്കറിയാം. പക്ഷേ അതു ചെയ്താലേ നമുക്ക് കാശ് കൂടുതൽ കിട്ടൂ. നീ ആദ്യമായല്ലല്ലോ ഈ പണിക്ക് വരുന്നത്. അതുകൊണ്ട് നീ വിഷമിക്കുകയൊന്നും വേണ്ട. എവിടെയും ഇതു പതിവാണ്.'

പഴനിമലയുടെ വാക്കുകളെ വ്യക്തമായി കേട്ടെങ്കിലും സന്ദീ പ്മാഷ് ഒന്നുമറിയാത്തതായി നടിച്ചു. ഗോപാലനോടും കൂട്ടരോടും

പണിയെടുക്കാൻ പറഞ്ഞ പഴനിമല മറ്റൊരു കിണർ കുഴിക്കാൻ പോയി.

പിന്നീട് പഴനിമല വൈകുന്നേരത്തോടെയാണ് കൂലിവാങ്ങാൻ എത്തുന്നത്. പണം നൽകുമ്പോൾ സന്ദീപ്മാഷ് പറഞ്ഞു:

'നാളെ മുതൽ കിണറ കുഴിക്കേണ്ട. നരപാറയിൽ തോട്ട ഉപയോഗിക്കേണ്ട ആവശ്യമില്ലെന്ന് നിങ്ങൾ സംസാരിക്കുന്നത് ഞാൻ കേട്ടു. ഇപ്പോൾ പതിമൂന്നര കോലായല്ലോ. വേണ്ടവോളം വെള്ളവും ഉണ്ട്. അതുമതി.'

അതോടെ സാധനങ്ങളെല്ലാം വാരികെട്ടി പഴനിമലയും കൂട്ടരും പോയി. മനസ്താപത്തോടെ മരച്ചോട്ടിൽ നിൽക്കുന്ന സന്ദീപ്മാഷിനെ കണ്ട് സേതുമാഷ് അടുത്തെത്തി. വിവരങ്ങൾ അറിഞ്ഞ അയാൾ സന്ദീപ്മാഷിനെ സമാധാനിപ്പിച്ചു. വീട്ടുപണിയുമ്പോൾ എന്തിനെയും നേരിടാൻ തയ്യാറാവണമെന്ന് അയാൾ ഓർമ്മിപ്പിച്ചു.

പിന്നീട് അവർ രണ്ടുപേരും കിണറിന് അടുത്തെത്തി. അരമണിക്കൂർ കൊണ്ട് കിണറിൽ കാൽഭാഗത്തോളം വെള്ളം നിറഞ്ഞിരിക്കുന്നു. അടുത്ത വീട്ടിൽ നിന്നാണ് മോട്ടോറിന് കറന്റ് എടുത്തിരിക്കുന്നത്. അവരുടെ കറന്റ് ബിൽ സന്ദീപ്മാഷാണ് അടയ്ക്കുന്നത്. അത്തരമൊരു വാക്കാൽകരാറാണ് അവർ തമ്മിലുള്ളത്.

വീണ്ടും കുറെനേരം സേതുമാഷുമായി സന്ദീപ്മാഷ് വീട്ടുപണിയെക്കുറിച്ച് ചർച്ചചെയ്തു. തുടർന്ന് കിണറുകെട്ടാനുള്ള തീരുമാനത്തിൽ അവർ എത്തിച്ചേർന്നു.

പിറ്റേന്ന് രാവിലെ സൈക്കിളിൽ എത്തിയ പ്രസന്നൻ നിർത്താതെ ബെല്ലടിച്ചപ്പോൾ സന്ദീപ്മാഷ് മുറ്റത്തേക്കിറങ്ങി. അയാൾ യാതൊന്നും പറയാതെ ഒരു കവർ അയാളുടെ നേർക്ക് നീട്ടിപ്പിടിച്ചു. എഴുത്തുവായിച്ച നോക്കിയപ്പോഴാണ് അത് സേതുമാഷാണ് എഴതിയത് എന്നറിയുന്നത്.

സേതുമാഷിന്റെ ദേശത്തുതന്നെയുള്ള പ്രസന്നൻ ആണ് കിണറുകെട്ടാനായി വന്നിരിക്കുന്നത്. അയാൾക്ക് വർഷങ്ങളായി ഇതുതന്നെയാണ് തൊഴിൽ. സഹായികളായി ഭാര്യയും മറ്റുമുണ്ട്. പണിക്കൂലിയാണ് കരാറായി സന്ദീപ്മാഷ് നൽകേണ്ടത്. കിണറുകെട്ടാനുള്ള ചെങ്കല്ലിനെയും മറ്റ സാധനങ്ങളെയും സന്ദീപ്മാഷാണ് വാങ്ങേണ്ടത്. കത്തിൽ കരാർപണത്തെക്കുറിച്ച് വ്യക്തമായി എഴുതിയിട്ടുണ്ട്.

സന്ദീപ്മാഷ് സേതുമാഷിന്റെ കത്തിനെ പ്രസന്നന് ഉച്ചത്തിൽ വായിച്ചുകേൾപ്പിച്ചു. അപ്പോൾ പ്രസന്നൻ പറഞ്ഞു:

'എല്ലാം എനിക്കറിയാം. ഞാൻ പറഞ്ഞിട്ടാണ് സേതുമാഷ്

 മാംസഭക്കുകൾ

ഇങ്ങനെയൊരു കത്ത് എഴുതിയത്.'

കിണറുകെട്ടാനുള്ള സാധനങ്ങളെക്കുറിച്ച് അറിഞ്ഞപ്പോൾ സന്ദീ പ്മാഷിന് തളർച്ച തോന്നി. ഒരു കാളവണ്ടി പാത്തിയോട്ടുകളാണ് വേണ്ടത്. കൂട്ടത്തിൽ പുറ്റമണ്ണ് അത്യാവശ്യമാണ്. ഇതൊന്നും സന്ദീ പ്മാഷിന്റെ ചിന്തയിൽ പോലും കടന്നുവന്നിട്ടുള്ളതല്ല. എന്നാൽ അതിനെല്ലാം പരിഹാരങ്ങൾ പ്രസന്നൻ തന്നെ കണ്ടെത്തി. അയാൾ ആവശ്യമുള്ള സാധനങ്ങളെ എത്തിക്കുന്നതാണ്. സന്ദീപ്മാഷ് പണം കൊടുത്താൽ മതി.

കിണറുപണിക്ക് സാധാരണ ചെങ്കല്ലുകളെ അല്ല ഉപയോഗിക്കുന്നത്. ച്ചളയുടെ അടിത്തട്ടിലെ കല്ലുകളാണ്. അത് ഒരിക്കലും വെള്ളത്തിൽ കിടന്നാൽ അലിഞ്ഞു പോകില്ല.

സേതുമാഷിന്റെ വലിയച്ഛന്റെ മകന് ചെങ്കൽച്ചള ഉള്ളതുകൊണ്ട് പ്രശ്നം പെട്ടെന്ന് തന്നെ പരിഹരിക്കാൻ സന്ദീപ്മാഷിന് കഴിഞ്ഞു. കിണറുകെട്ടാൻ വേണ്ട ചെങ്കല്ലുകളെ അയാൾ തന്നെ സ്ഥലത്ത് എത്തിച്ചു. കിണറുപണിക്ക് വേണ്ട മറ്റ സാധനങ്ങളെ എല്ലാം പ്രസന്നൻ ആണ് ഏർപ്പാടാക്കിയത്.

മൂന്നാം ദിവസം അവർ കിണറുകെട്ടാൻ ഇടങ്ങുകയും ചെയ്തു. കിണറ്റിലെ വെള്ളം കളയാൻ അവർക്ക് ഒരുമണിക്കൂറോളം മോട്ടോർ ഓടിക്കേണ്ടി വന്നു.

കിണറ്റിലേക്ക് ഇറങ്ങിയ പ്രസന്നൻ ഉടനടി മുകളിലേക്ക് കയറിവന്നു. എന്നിട്ട് സന്ദീപ് മാഷിനോടായി പറഞ്ഞു:

'ഫണലുപോലെയാണ് അയാൾ പണിയെടുത്തിരിക്കുന്നത്. അടിത്ത ട്ടിൽ എത്തുമ്പോൾ എട്ട കോലെ കാണൂ. ഞാൻ ശരിയാക്കാം. കിണർ കഴിക്കുന്നവർ എല്ലാം ഇങ്ങനെയാണ് ചെയ്യുക. നിങ്ങൾക്കൊന്നും കിണറ്റിലിറങ്ങി അളക്കാൻ കഴിയില്ലല്ലോ.'

തടസ്സങ്ങളെ കണ്ട് മടിച്ചുനിൽക്കാതെ നടക്കാൻ തന്നെ സന്ദീപ്മാഷ് നിശ്ചയിച്ചു. പ്രസന്നനും ഭാര്യയും കൂടെ രണ്ട സ്ത്രീകളുമാണ് കിണറുപ ണിക്ക് വന്നിരിക്കുന്നത്. അവർ കല്ലുകൾ കിണറ്റിലേക്ക് കൊട്ടയിൽ ഇറക്കിക്കൊണ്ടിരുന്നു. കൂടെ പിക്കാസുമുണ്ട്. പ്രസന്നൻ ചെത്തിയെടു ത്ത മണ്ണിനെ അവർ മുകളിലേക്ക് കയറ്റി കൊട്ടി.

അനാവശ്യമായി യാതൊന്നും സംസാരിക്കാതെയാണ് അവർ പണി യെടുക്കുന്നത്. കാറ്റിൽ വിയർപ്പിന്റെ മണം നിറഞ്ഞുനിന്നു.

സന്ദീപ്മാഷിന് പ്രത്യേകിച്ചൊന്നും ചെയ്യാനില്ല. മരച്ചോട്ടിൽ അയാൾ വെറുതെ ഇരുന്നു. മണ്ണുകയറ്റിയതിനുശേഷം ചില്ലോട്ടുകളും പുറ്റമണ്ണും

അവർ ഇറക്കിത്തുടങ്ങി. കിതപ്പുണ്ടെങ്കിലും ഇടവേളകൾ ഇല്ലാതെ യാണ് അവർ പണിയെടുക്കുന്നത്.

വൈകുന്നേരത്തോടെ ദിവസക്കൂലി കണക്കാക്കി സന്ദീപ്മാഷ് പ്ര സന്നന് പണം കൊടുത്തു. അയാൾ സന്തോഷത്തോടെയാണ് അതു സ്വീകരിച്ചത്.

ഇപ്പോൾ സന്ദീപ്മാഷ് കൃത്യനിഷ്ഠയോടെയല്ല പണിസ്ഥലത്ത് എത്തു ന്നത്. കരാറുപണി ആയതുകൊണ്ട് പ്രസന്നൻ അലസനാകില്ലെന്ന് അയാൾക്ക് അറിയാം.

ഒരു ദിവസം രണ്ടുമൂന്നു തവണയാണ് കിണറ്റിൽ നിന്ന് വെള്ളം പുറ മേയ്ക്ക് അടിക്കുന്നത്. കിണർപണി തുടങ്ങിയതോടെ ഊറ്റിന്റെ ശക്തി കുറഞ്ഞിരിക്കുന്നു. എങ്കിലും മതിയാവോളം വെള്ളം വരുന്നുണ്ട്

ഒരാഴ്ച കൊണ്ട് പ്രസന്നൻ കിണറിന്റെ പാതിയോളം കെട്ടി. കിണർ കെട്ടിയ വിടവുകളിൽ അയാൾ മണ്ണിട്ടു ഉറപ്പിച്ചു. നല്ലതുപോലെ മണ്ണിനെ വെള്ളമൊഴിച്ച് ഇടിച്ച് താഴ്ത്തുകയും ചെയ്തു

സന്ദീപ്മാഷിന്റെ മനസ്സിൽ ഇപ്പോൾ സ്കൂളും വീട്ടുകാര്യങ്ങളും ഒന്നു മില്ല. ഇരുനിലവീടാണ് ഇയാളുടെ മനസ്സിൽ നിറഞ്ഞുനിൽക്കുന്നത്. അതിന്റെ മുകളിൽ കൂടെ സ്വപ്നങ്ങളുമായി സന്ദീപ്മാഷ് സഞ്ചരിച്ചുകൊ ണ്ടിരുന്നു.

കിണർപണി മുക്കാൽഭാഗം ആയപ്പോൾ സന്ദീപ്മാഷ് കരാറിനെക്കു റിച്ച് ചിന്തിച്ചുതുടങ്ങി. കാരണം കൂടുതൽ പണമാണ് കൂലി കണക്കാക്കി നൽകിയിരിക്കുന്നത്. എവിടെയോ പ്രസന്നന് അബദ്ധം പറ്റിയെന്ന് അയാൾക്ക് മനസ്സിലാക്കി. കരാറു സംഖ്യ കുറച്ചപ്പോൾ സംഭവിച്ചതാണ്. അയാൾ കൃത്യമായാണ് കരാർ കണക്കാക്കിയിരുന്നത്.

എങ്കിലും സന്ദീപ്മാഷും സേതുമാഷും ഒന്നും സംഭവിക്കാത്തതു പോലെ പണിസ്ഥലത്ത് വന്നുകൊണ്ടിരുന്നു. അയാൾക്ക് ദിവസക്കൂലി കണക്കാക്കി പണം നൽകുകയും ചെയ്തു.

ഒരു ദിവസം കിണറ്റിൽ നിന്ന് കേറിവന്ന് കൂലി വാങ്ങിച്ച പ്രസന്നൻ പറഞ്ഞു:

'കരാർപ്രകാരമുള്ള പണം മാഷ് തന്നു കഴിഞ്ഞു. എവിടെയോ എനിക്ക് തെറ്റുപറ്റിയിട്ടുണ്ട്. അത് കണക്കാക്കണ്ട. എനിക്ക് കൂലി തന്നില്ലെങ്കിലും വിരോധമില്ല. പെണ്ണങ്ങൾക്ക് മാഷ് കൂലി കൊടുക്കണം.'

അപ്പോൾ സന്ദീപ്മാഷ് പുഞ്ചിരിയോടെ പറഞ്ഞു:

'ആരും പണി ചെയ്തിട്ട് കൂലി കിട്ടാതെ ഇവിടെ നിന്ന് പോകരുത്.

നിങ്ങൾ നല്ലതു പോലെ പണിയെടുത്തിട്ടുണ്ട്. ഞാനൊരു കുറവും വരു
ത്തില്ല. പ്രസന്നനുള്ള കൂലി തരാം. പണി നടക്കട്ടെ.'

അതോടെ പ്രസന്നൻ സന്തോഷം കൊണ്ട് നിലമറന്നു. അന്ന്
അയാൾ നിറകണ്ണുകളോടെയാണ് പോയത്.

പിറ്റേദിവസം മുതൽ കിണറിന്റെ മുകളിൽ ആൾമറ കെട്ടിത്തുടങ്ങി.
അതിൽ രണ്ടുകാലുകളും ഉണ്ടാക്കി. അതിനു മുമ്പുതന്നെ ഇരുമ്പു
പൈപ്പ് ഉറപ്പിച്ചു. അതിൽ ചകടയും വിളക്കിച്ചേർത്തിരുന്നു. അതെല്ലാം
പ്രസന്നൻ തന്നെയാണ് ഏർപ്പാടു ചെയ്തത്. പണികഴിഞ്ഞതോടെ
സന്ദീപ്മാഷ് സന്തോഷത്തോടെ ചെറിയൊരു സംഖ്യ പ്രസന്നന് നല്കി.

കിണർപണി തീർന്നപ്പോൾ സുമയും മക്കളും നിറവെള്ളം കാണാൻ
വന്നു. അനഘയും അംഗിതയും ചുറ്റപാടുകളെ ശ്രദ്ധിച്ചുനടന്നു. അവർ
പരിസരകാഴ്ചകളിൽ ലയിച്ചിരിക്കുകയാണ്.

അസ്തിവാരം കഴിച്ചതോടെ സുമയ്ക്ക് വീടിനെക്കുറിച്ച് ഏകദേശ ധാര
ണയുണ്ടായി. എങ്കിലും അവൾ പല സംശയങ്ങളും സന്ദീപ്മാഷിനോട്
നിരന്തരം ചോദിച്ചു കൊണ്ടിരുന്നു.

സന്ദീപ്മാഷ് അടുത്ത പണിയെക്കുറിച്ചാണ് ചിന്തിച്ചുകൊണ്ടിരുന്നത്.
ഉടനടി അസ്തിവാരം കെട്ടണം. അതിനുശേഷമാണ് ബാങ്കിൽ നിന്ന്
ഗഡുക്കളായി പണം കിട്ടുക. കൈവശമുള്ള പണത്തെ ആദ്യഘട്ടത്തിൽ
ഇറക്കുക ബുദ്ധിമോശമാണെന്ന് സന്ദീപ്മാഷിന് അറിയാം.

അതുകൊണ്ട് ഭാര്യയെയും മക്കളെയും വീട്ടിലേക്ക് അയച്ചതിനുശേഷം
അയാൾ കോൺട്രാക്ടറെ കാണാൻ തയ്യാറായി. സന്ധ്യയോടെയാണ്
അയാൾ ഓഫീസിൽ എത്തുക. അയ്യപ്പൻകാവിൽ പോയി തൊഴുതതിനു
ശേഷം കോൺട്രാക്ടറെ കാണാമെന്ന് സന്ദീപ്മാഷ് വിചാരിച്ചു

മൂന്ന്

പലതവണ പോയതിന ശേഷമാണ് കോൺട്രാക്ടറെ സന്ദീ പ്മാഷ് കണ്ടത്. അയാൾ അടുത്ത തന്നെ പണി തുടങ്ങാമെന്നു പറഞ്ഞു. ഉടൻ പണി തുടങ്ങുമെന്ന വിശ്വാസത്തോടെയാണ് സന്ദീ പ്മാഷ് വീട്ടിലേക്ക മടങ്ങുന്നത്.

സന്ദീപ്മാഷിന്റെ നിർബ്ബന്ധം സഹിക്കാതെ കോൺട്രാക്ടർ വേഗം തന്നെ പണി തുടങ്ങാൻ തയ്യാറായി. എട്ട മണിക്ക് മുമ്പായി പണിസ്ഥല ത്ത് എത്തണമെന്ന് കോൺട്രാക്ടർ സന്ദീപ്മാഷിനോട് പറഞ്ഞു. ഒരാഴ്ച മുമ്പ് തന്നെ അസ്തിവാരക്കല്ലുകളെ തൊടിയിൽ അവിടവിടെ ഇറക്കി യിരുന്നു. അതു കണ്ടപ്പോൾ മാത്രമാണ് സന്ദീപ്മാഷിന് ആശ്വാസം തോന്നിയത്.

വഴക്കവും പഴക്കമുള്ള കെട്ടുകാരനാണ് കോണതിരിച്ച് ആദ്യത്തെ അസ്ഥിവാരകല്ല് വെയ്ക്കുന്നത്. അതിനുമുമ്പ് അയാൾ തേങ്ങ ഉടച്ച് വിസ്തരിച്ച് പൂജ കഴിച്ചു. അച്ഛന്റെ കാലത്ത് മൃഗബലി നടത്തിയാണ് അസ്തിവാരം ഇട്ടിരുന്നത്. കാലക്രമേണ പല ആചാരങ്ങളും അനാചാ രങ്ങളായി മാറി. എന്നാലും ചിലതെല്ലാം ഇപ്പോഴും നിലനിൽക്കുന്നു.

അസ്തിവാരപ്പൂജക്ക് സുമയും മക്കളും വന്നിരുന്നു. സേതുമാഷും ഉണ്ടായി രുന്നു. സേതുമാഷിന് സന്ദീപ്മാഷിന്റെ പ്രയാസങ്ങളെ തിരിച്ചറിയാൻ കഴിഞ്ഞു. മാഷ് എല്ലാ കാര്യങ്ങൾക്കും അനാവശ്യമായി പരിഭ്രാന്തനാ കുകയാണ്.

സുമയും മക്കളും കുറച്ചനേരം നിന്നതിനുശേഷം വീട്ടിലേക്ക് തിരിച്ചു പോയി. സേതുമാഷും അത്യാവശ്യം പറഞ്ഞ് സ്ഥലംവിട്ടു. അനാവശ്യ വിഷയങ്ങളിൽ പ്രശ്നങ്ങൾ ഉണ്ടാക്കരുതെന്നു പറഞ്ഞാണ് സേതുമാഷ് പോയത്. അറിവും പ്രായോഗികതയും തമ്മിൽ വല്ലാത്ത വ്യത്യാസമു ണ്ടാകുമെന്നും അയാൾ സൂചിപ്പിച്ചു.

കോൺട്രാക്ടർ പണിക്കാരെ ഏർപ്പാടുചെയ്ത് മറ്റൊരു പണിസ്ഥല ത്തേക്ക് പോയി. ഇപ്പോൾ മൊത്തം എട്ടുപേരാണ് പണിയെടുക്കുന്നത്. രണ്ടു സ്ത്രീകൾ കല്ല് ചുമക്കുന്നു. അവരുടെ തലയിൽ രണ്ടാണങ്ങളാണ് കല്ലെടുത്തു വെയ്ക്കുന്നത്. അസ്തിവാരം കെട്ടുന്നത് രണ്ടാണങ്ങളാണ്. അവർക്ക് സഹായികളായി രണ്ടു പെണ്ണങ്ങളുമുണ്ട്. അവരാണ് കെട്ടു കാരുടെ നിർദ്ദേശങ്ങൾ അനുസരിച്ച് സിമന്റും മണലും കലർത്തി കലവ ഉണ്ടാക്കുന്നത്.

 മാംസഭക്ഷകൾ

സന്ദീപ്മാഷ് പുസ്തകത്തിൽ വായിച്ച കണക്കനുസരിച്ചല്ല അവർ കലവ കലർത്തുന്നത്. മണലിന്റെ അളവ് കൂടുതലാണ്. സേതുമാഷിന്റെ വാക്കുകളെ ഓർത്ത അയാൾ പ്രതിഷേധിക്കാതെ നിശ്ശബ്ദനായി.

പതിവുപോലെ എല്ലാദിവസവും വൈകുന്നേരങ്ങളിൽ സേതുമാഷ് വന്നുപോയി. വീടുപണിയെക്കുറിച്ചുള്ള ദീർഘമായ ചർച്ചകൾ അവർ എപ്പോഴും നടത്തി. വർഷങ്ങൾക്കു മുമ്പ് തന്നെ സേതുമാഷ് പഴയ വീടിനെ ആധുനിക രീതിയിൽ പുതുക്കി പണിതിരുന്നു. അതുകൊണ്ട് അയാൾക്ക് വീട്ടുപണിയെ സംബന്ധിച്ച് വ്യക്തമായ ചില ധാരണ കളുണ്ട്. എന്നാൽ സന്ദീപ്മാഷിന് പ്രായോഗികമായി യാതൊരു അറിവുമില്ല. അയാൾക്കുള്ള അറിവുകൾ പുസ്തകങ്ങളിൽ നിന്ന് നേടി യെടുത്തവയാണ്.

ഏകദേശം പത്തുദിവസമാണ് അസ്തിവാരം കെട്ടാനായി കോൺട്രാ ക്ടർ സമയം എടുത്തത്. പിന്നീട് അവർ അസ്തിവാരത്തിന്റെ മുകളിൽ ബെൽറ്റ് വാർത്തു. അതിനുശേഷമാണ് അവർ മുറികളിൽ മണ്ണു നിറയ്ക്കു ന്നത്. അതിന് കിണറ്റിലെ മണ്ണും പുറമെ നിന്ന് ട്രാക്ടറിൽ കൊണ്ടുവന്ന വയും അവർ ഉപയോഗിച്ചു. അവയെ ചെളിയാക്കി അവർ ചവിട്ടിക്കുഴച്ചു.

ഇനി അടുത്ത പണി നാല്പത്തഞ്ച് ദിവസത്തിനുശേഷമാണ് തുടങ്ങുക. അതിനിടെ എഞ്ചിനീയർ വന്ന് സ്ഥലത്തിന്റെയും ചുറ്റുപാടുകളുടെയും ഫോട്ടോയെടുത്തു പോയി. തുടർന്നാണ് ബാങ്കിൽ നിന്ന് ആദ്യഗഡു അനുവദിക്കുന്നത്.

കോൺട്രാക്ടർ ചെങ്കല്ലുകളെ വാങ്ങിക്കാൻ വേണ്ടി ഇടയ്ക്കിടെ പണം ആവശ്യപ്പെട്ടു കൊണ്ടിരുന്നു. ബാങ്കിൽ നിന്ന് തുക അനുവദിച്ചപ്പോൾ മാത്രമാണ് സന്ദീപ്മാഷ് അയാൾക്ക് പണം കൈമാറുന്നത്. പണം കൊടുക്കുമ്പോൾ ഡയറിയുടെ ഓരോ പേജുകളിലും വ്യക്തമായി സന്ദീപ് മാഷ് തുക എഴുതി. പിന്നീട് കോൺട്രാക്ടറുടെ കയ്യൊപ്പ് വാങ്ങിച്ചു.

പണം കൈപ്പറ്റി എങ്കിലും കോൺട്രാക്ടർ ചെങ്കല്ലുകളെ ഇറക്കിയി ല്ല. സേതുമാഷിന്റെ ചെങ്കൽ ചൂളക്കാരനായ ബന്ധുവിനെ അയാൾ ഇതുവരെ ബന്ധപ്പെട്ടിട്ടില്ലെന്നു പറഞ്ഞു. സന്ദീപ്മാഷ് പലതവണ ആവശ്യപ്പെട്ടപ്പോഴാണ് കോൺട്രാക്ടർ ചെങ്കല്ലുകളെ തൊടിയിൽ എത്തിക്കുന്നത്.

തൊണ്ണൂറു ദിവസത്തെ ലീവെടുത്ത സന്ദീപ്മാഷ് വീടുകെട്ടാനുള്ള ബദ്ധ പ്പാടോടെ അസ്വസ്ഥനായി നടന്നു. വേഗം പണിതീർക്കുക അയാൾക്ക് മനഃസമാധാനത്തിന് അത്യാവശ്യമായി. മാഷ് സേതുമാഷിനെ എപ്പോഴും കണ്ടുകൊണ്ടിരുന്നു.

ഇപ്പോൾ വീട്ടുകാര്യങ്ങളെല്ലാം സുമയാണ് നോക്കുന്നത്. സന്ദീപ്മാ
ഷിനെ ശല്യപ്പെടുത്താതിരിക്കാൻ അവൾ പ്രത്യേകം ശ്രദ്ധിച്ചു.

വീടുവെയ്ക്കാൻ തുടങ്ങിയതോടെ കോൺട്രാക്ടർമാരുടെ ഇടപാടുകളെ
ക്കുറിച്ച് സന്ദീപ്മാഷിന് മനസ്സിലാക്കാൻ കഴിഞ്ഞു. അവരിൽ പലരും
മുൻകൂട്ടി പണം ഇറക്കിയല്ല വീട്ടുപണിയുന്നത്. പുതുതായി വീടുകെട്ടുന്ന
ആളുടെ പണം കിട്ടുമ്പോഴാണ് പഴയ ആളിന്റെ ചുവർ കെട്ടുക. പിന്നീട്
മറ്റൊരാൾ പണം നല്ലുമ്പോൾ പുതിയ ആളിന്റെ വീട് പൊങ്ങിത്തുടങ്ങും.

തന്റെ വീടുകെട്ടലിന്റെ സ്ഥിതിയും ഇതുതന്നെയാണെന്ന് സന്ദീ
പ്മാഷ് മനസ്സിലാക്കി. അതൊന്നുമല്ല മാഷിനെ കൂടുതൽ വിഷമിപ്പി
ച്ചത്. അയാളുടെ അന്വേഷണങ്ങൾ ചില വ്യക്തമായ ധാരണകളെ
സന്ദീപ്മാഷിന് നൽകിയിരുന്നു. നാലിഞ്ച് ചെങ്കല്ലുകളുടെ നടുക്ക്
ചെറിയൊരു സിമന്റ് താരയാണ് ഉണ്ടാകുക. അപ്പോൾ രണ്ടു ഭാഗത്തും
തുല്യമായ രീതിയിലാണ് കല്ലുകൾ നിൽക്കേണ്ടത്. എന്നാൽ ഇവിടെ
കാര്യങ്ങൾ തികച്ചും വ്യത്യസ്തമാണ്. ഒരുഭാഗം മാത്രമാണ് കൃത്യമായ
അളവി ല്ലുള്ളത്. മറ്റുഭാഗം പലയിടത്തും പുറമേക്ക് തള്ളിയും ഉള്ളിലേ
ക്ക് കഴിഞ്ഞുമാണ്. ഇതൊരിക്കലും അംഗീകരിക്കാൻ സന്ദീപ്മാഷിന്
കഴിഞ്ഞില്ല.

സന്ദീപ്മാഷിന്റെ അഭിപ്രായങ്ങൾ ശ്രദ്ധിച്ചു കേട്ട സേതുമാഷ്
പതുക്കെ പറഞ്ഞു:

'ഇവിടെ ഇങ്ങനെയാണ് കാര്യങ്ങൾ നടക്കുന്നത്. അത് ചുവര
തേയ്ക്കുമ്പോൾ ശരിയാക്കി എടുക്കാം. കുറച്ച കൂടുതൽ സിമന്റും മണലും
നഷ്ടമാവും എന്നുമാത്രം. മാഷ് പ്രശ്നങ്ങളുണ്ടാക്കേണ്ട. അവർ പണി
നിർത്തിപ്പോകും. അപ്പോൾ പ്രശ്നം നമ്മുടേതായി മാറും.'

സിമന്റും മണലും ചേർത്ത് ചുവര കെട്ടുന്നതിനെക്കുറിച്ച് സന്ദീപ്മാ
ഷിന് വ്യത്യസ്തമായ അഭിപ്രായമാണുള്ളത്. നിലത്ത് കൂട്ടിവെച്ച കലവയി
ലാണ് വെള്ളം ചേർക്കേണ്ടത്. ഇരുമ്പ് ചട്ടിയിൽ വെച്ചും ആവശ്യത്തിന്
വെള്ളം ചേർക്കാവുന്നതാണ്. എന്നാൽ ഇവിടെ പണിക്കാർ അങ്ങനെ
യല്ല ചെയ്യുന്നത്. അവർ ആദ്യം സിമന്റ് മണലും നിലത്തു വെച്ച് കൂട്ടി
കലർത്തുന്നു. പിന്നീട് ചട്ടിയിലെ കലവയെ വെള്ളമൊഴിച്ച ഉതിർത്ത
അവർ അതിനെ ചെങ്കല്ലുകൾക്ക് മുകളിൽ നിരക്കെ ഒഴിക്കുന്നു. കരണ്ടി
കൊണ്ട് നിരപ്പാക്കിയതിനുശേഷം അവർ വീണ്ടും വെള്ളമൊഴിക്കുക
യാണ്. അതോടെ കലവയിൽ നിന്ന് സിമന്റെപോല് ഒഴുകിപ്പോകുന്നു.
പിന്നീട് അവിടെ ശേഷിക്കുക കുറച്ച് സിമന്റും ധാരാളം മണലുമാണ് .

ഇത്തരമൊരു നിർമ്മാണരീതിയെ അംഗീകരിക്കാൻ സന്ദീപ്മാഷിന്

 മാംസഭക്കുകൾ

കഴിഞ്ഞില്ല. പക്ഷേ അയാൾ നിസ്സഹായനായിരുന്നു. സേതുമാഷ്ടം നിസ്സഹായതയോടെ കൈമലർത്തുന്നു.

സമയവും നാട്ടുനടപ്പ് അനുസരിച്ച് കാര്യങ്ങളെ നടത്താനാണ് സന്ദീ പ്മാഷിനോട് ആവശ്യപ്പെടുന്നത്.

ജനാല ഉയരത്തിൽ ചുവരു കെട്ടിയതോടെ വീണ്ടും ബാങ്കിൽ നിന്ന് അടുത്ത ഗഡു കിട്ടി. ഡയറിയുടെ അടുത്ത പേജിൽ സംഖ്യ വാങ്ങിച്ചെന്നു കാണിച്ച് കോൺട്രാക്ടർ ഒപ്പിട്ടു. തുടർന്ന് ലിന്റൽ വാർത്തതിനുശേഷം വീണ്ടും ചുവരുകെട്ടാൻ തുടങ്ങി.

മനസ്താപത്തോടെ ആണെങ്കിലും സന്ദീപ്മാഷ് എല്ലാ ദിവസവും വീട്ടുകെട്ടുന്ന സ്ഥലത്തെത്തി. അയാൾ മോട്ടോർ അടിച്ച് രാവിലെയും വൈകുന്നേരവും ചുവരുകൾ നനച്ചുകൊണ്ടിരുന്നു. പണിക്കാരും പതിവായി നനക്കുന്നുണ്ട്.

പണിക്കാരുമായി ഇടപഴകിയതോടെയാണ് അവരുടെ സ്വഭാവ പ്രകൃതങ്ങളെക്കുറിച്ച് സന്ദീപ്മാഷിന് കൂടുതൽ അറിയാൻ കഴിഞ്ഞത്. ഇടത്തരക്കാരുടെ ബാദ്ധ്യതകൾ ഒന്നും അവരെ വിഷമിപ്പിക്കുന്നില്ല. ജീവിതത്തെ സംബന്ധിച്ച് ആശങ്കളൊന്നും അവരെ അലട്ടുന്നില്ല. അതതു നിമിഷങ്ങളെ അവർ എപ്പോഴും ആഘോഷിക്കുകയാണ്. കരുതിവെയ്പ്പുകൾ ഇല്ലാതെയാണ് അവർ ജീവിക്കുന്നത്. അതിന് കാരണം സാമൂഹ്യമായ സുരക്ഷിതത്വം തന്നെയാണ്. മക്കളുടെ ജീവി തത്തെയും ഭാവിയെയുംക്കുറിച്ച് യാതൊരു ആശങ്കയും അവർക്കില്ല.

സന്ദീപ്മാഷ് സ്വന്തം ജീവിതാവസ്ഥയെ ചിന്തിച്ചുതുടങ്ങി. അയാളെ പോലെ തന്നെയാണ് ഇടത്തരക്കാരായ മിക്കവരും ജീവിക്കുന്നത്. അവർക്ക് സാമൂഹ്യമാന്യതയാണ് പ്രശ്നം. അതുകൊണ്ട് പരമാവധി എല്ലാം സഹിച്ചാണ് ഇടത്തരക്കാർ ജീവിക്കുന്നത്. സാമൂഹ്യമായ സുര ക്ഷിതത്വമൊന്നും അവർക്കില്ല. എല്ലാം സ്വയം കണ്ടെത്തേണ്ടതാണ്. മക്കളുടെ വിവാഹവും വിദ്യാഭ്യാസവും ജോലിയും ഓരോ ഇടത്തരക്കാ രന്റെയും ചുമതലയാണ്.

ബദ്ധപ്പാടുകളിൽ മുഴുകുമ്പോഴും സന്ദീപ്മാഷ് തന്റെ ചുറ്റപാടുകളെക്ക റിച്ച് ആലോചിച്ചു. അച്ഛൻ പടിയിറക്കിവിട്ടതോടെ സ്വന്തം വീടുമായുള്ള എല്ലാ ബന്ധങ്ങളും അവസാനിച്ചു. വിൽപത്രത്തിൽ അനുജനേയും അനുജത്തിയേയും മാത്രമാണ് അച്ഛൻ പരിഗണിച്ചത്. അവളുടെ കല്യാണത്തിന പോലും സന്ദീപ്മാഷിനെ ക്ഷണിച്ചില്ല. അനുജനും അതേ വഴിയാണ് സ്വീകരിച്ചത്. അമ്മ മരിച്ച് രണ്ടു ദിവസം കഴിഞ്ഞാണ് അയാൾ വിവരം അറിയുന്നത്. വീട്ടിൽ എത്തിയ അയാളെ പടിക്കൽ

വെച്ച് അനുജനാണ് വഴിമുടക്കുന്നത്. അതിന്റെ കാരണങ്ങളെ പിന്നീടാണ് അയാൾ തിരിച്ചറിയുന്നത്. സന്ദീപ്മാഷിന്റെ സ്വത്തിനുള്ള അവകാശം പറച്ചിലുകളെ ഒഴിവാക്കുകയായിരുന്നു അവരുടെ ലക്ഷ്യം.

സുമയുടെ കാര്യത്തിലും ഇതു തന്നെയാണ് സംഭവിച്ചത്. അവളുടെ അച്ഛൻ സ്വത്തെല്ലാം മറ്റ മക്കൾക്കാണ് എഴുതി വെച്ചത്.

വിവരം അറിഞ്ഞപ്പോൾ സന്ദീപ്മാഷ് സുമയെ ആശ്വസിപ്പിച്ചു.

'നമുക്ക് ആരുടേയും മുതലൊന്നും വേണ്ട. നമുക്കുള്ളതുകൊണ്ട് ജീവിക്കാം.'

അതോടെയാണ് സന്ദീപ്മാഷ് കൂടുതൽ കരുതലോടെ ജീവിച്ചുതുട ങ്ങുന്നത്. എങ്കിലും ജീവിതത്തിൽ നിന്ന് പ്രണയഭാവങ്ങളെ നഷ്ടപ്പെടു ത്താതിരിക്കാൻ അയാൾ എപ്പോഴും ശ്രദ്ധിച്ചു.

ഇപ്പോൾ സന്ദീപ്മാഷിന് പരിമിതമായ സാഹചര്യത്തിൽ ജീവി ക്കേണ്ടി വന്നിരിക്കുന്നു. ഒരു വരുമാനത്തെ മാത്രം ആശ്രയിച്ചാണ് അവരുടെ കുടുംബം നിലനിൽക്കുന്നത്. മക്കളുടെ ഭാവിയെ കരുതി അയാൾക്ക് പണം സ്വരൂപിച്ചുവെയ്ക്കേണ്ടതുണ്ട്. സന്ദീപ്മാഷിന്റെയും സുമയുടെയും ഭാഗത്തിനു വേണ്ടി കേസ് കൊടുത്താൽ ഒരുപക്ഷേ കുറേ സ്വത്ത് കിട്ടാം. അത് ആത്മാഭിമാനം നഷ്ടപ്പെട്ടവരുടെ വഴിയാണെന്ന് അവർക്ക് തോന്നി. വീട്ടിൽനിന്ന് ഇറങ്ങിയതോടെ അവരുമായുള്ള ബന്ധം മാത്രമല്ല അവരുടെ കണക്കു വഴക്കങ്ങളുമാണ് ഇല്ലാതായി രിക്കുന്നത്.

വീട്കെട്ടാൻ കോൺട്രാക്ട് കൊടുത്തതുകൊണ്ട് സന്ദീപ്മാഷിന് പണിക്കാരുമായി പറയത്തക്ക ബന്ധമൊന്നുമില്ല. അവരുടെ പേരുകൾ പോലും അയാൾക്ക് അറിയില്ല. പലദിവസങ്ങളിലും പലരാണ് പണിക്ക് വരുന്നത്. അതുകൊണ്ട് അവരുടെ മുഖപരിചയം പോലും സന്ദീപ്മാ ഷിന്റെ മനസ്സിലില്ല.

ഒന്നാംനിലയ്ക്ക വേണ്ട ചുവരുകൾ കെട്ടിയതോടെ ഇനി പലകയടിച്ച് വാർക്കുകയാണെന്ന് കോൺട്രാക്ടർ പറഞ്ഞു. അതിനുള്ള മുന്നൊരു ക്കങ്ങളായി കുറേ പലകകളെയും മുളകളെയും അയാൾ ട്രാക്ടറിൽ കൊണ്ടുവന്നു തൊടിയിലിട്ടു. പിന്നീട് കാലുകളിൽ പലകകൾ ആണിയ ടിച്ച് വെച്ചുതുടങ്ങി. അതിനുശേഷമാണ് അവർ കമ്പികൾ നിരത്തുന്നത്. അവയുടെ അകലങ്ങളെക്കുറിച്ചെല്ലാം സന്ദീപ്മാഷ് പുസ്തകങ്ങളിൽ നിന്ന് അറിഞ്ഞിട്ടുണ്ട്. അയാൾ അത് ഏകദേശം അളന്ന് മനസ്സിലാ ക്കുകയും ചെയ്തു. പറയത്തക്ക വിടവുകൾ ഇല്ലാതെയാണ് അവർ കമ്പി കെട്ടിയിരിക്കുന്നത്. അതുകൊണ്ട് സന്ദീപ്മാഷിന് മനസ്സമാധാനമായി.

                    മാംസഭുക്കുകൾ

പ്രത്യേകിച്ച് പണിയൊന്നുമില്ലെങ്കിലും സന്ദീപ്മാഷ് പതിവുപോലെ വീട്ടുകെട്ടുന്ന സ്ഥലത്തെത്തി. എപ്പോഴും ചുവരുകളെ നനച്ചു. പിന്നീട് അയാൾ പണി നോക്കിനിന്നു. രാവിലെയും വൈകുന്നേരവും അയാൾ പതിവായി വന്നുകൊണ്ടിരുന്നു. വൈകുന്നേരങ്ങളിൽ മിക്കദിവസങ്ങളി ലും സേതുമാഷ് വരുക പതിവാണ്.

വാർപ്പിനായി ബാങ്ക് വീണ്ടും ഗഡുവായി പണം അനുവദിച്ചു. സന്ദീ പ്മാഷ് ഡയറിയുടെ അടുത്ത പേജിൽ സംഖ്യ എഴുതി. ചുവട്ടിൽ കോൺട്രാക്ടർ ഒപ്പിട്ടുകയും ചെയ്തു.

വാർപ്പപണിക്കുള്ള തയ്യാറെടുപ്പാണ് സന്ദീപ്മാഷിനെ കൂടുതൽ വിഷ മിപ്പിച്ചത്. അയാളും സുമയും മക്കളും സസ്യഭുക്കുകളാണ്. ഒറ്റദിവസം കൊണ്ടാണ് വാർപ്പപണി തീർക്കേണ്ടത്. മദ്യവും മാംസവും ഒഴിവാക്കാ നാവില്ല. മിക്കവരും പൊറോട്ടയാണ് ആവശ്യപ്പെട്ടത്. അതുകൊണ്ട് എല്ലാ സാധനങ്ങളും ഹോട്ടലിൽ നിന്നാണ് സന്ദീപ്മാഷ് ഏർപ്പാടാക്കി യത്. മദ്യത്തിനുള്ള പണത്തെ കോൺട്രാക്ടറെ ഏൽപ്പിക്കുകയും ചെയ്തു.

ഒരു ബുധനാഴ്ചയാണ് വാർപ്പപണി തുടങ്ങുന്നത്. വലിയൊരു സംഘം അതിരാവിലെ തന്നെ എത്തിച്ചേർന്നു. കുറേപേർ സിമന്റും കല്ലും മണലും യന്ത്രത്തിൽ കൊട്ടി. അതോടെ ഭീകരമായ ശബ്ദത്തോടെ യന്ത്രം പ്രവ ർത്തിച്ചുതുടങ്ങി. പെണ്ണങ്ങളാണ് സിമന്റ് ചട്ടികളെ മരക്കോണിയിൽ കൂടെ മുകളിൽ എത്തിക്കുന്നത്. ആണങ്ങൾ പലകയ്ക്കു മുകളിൽ അവയെ വിതാനിച്ചു തുടങ്ങുന്നു. പിന്നീട് അവർ കമ്പിയും തേയ്പ്പപലകയും കൊണ്ട് വായുസഞ്ചാരം ഇല്ലാതെ അവയെ കുത്തിയിറക്കുകയാണ്.

മുകളിൽ ഓരംചേർന്നു നിന്ന സന്ദീപ്മാഷ് പണിക്കാരെ ശ്രദ്ധിച്ചു കൊണ്ടിരുന്നു. എല്ലാവരും കയ്യൊഴിവില്ലാതെയാണ് പണിയെടുക്ക ന്നത്. വാർപ്പപണിക്ക് പണിക്കൂലി കൂടുതലാണ്. എപ്പോഴും ആണങ്ങ ൾക്കാണ് എല്ലാ പണിക്കും കൂലി കൂടുതൽ കിട്ടുക. എങ്കിലും വാർപ്പപ ണിക്ക് പെണ്ണങ്ങൾക്കും കൂടുതൽ കൂലിയാണ്.

ഉച്ചനേരത്ത് പൊറോട്ടയും ഇറച്ചിയുമാണ്. ആണങ്ങൾ മദ്യവും ഇറച്ചി യുമായി മരച്ചുവട്ടിൽ ഇരുന്നു. പെണ്ണങ്ങൾ പുറമെ ഇരുന്ന് ഭക്ഷണം കഴിച്ചു തുടങ്ങി. പലരും പൊറോട്ടയും ഇറച്ചിയും മക്കൾക്കു വേണ്ടി കരുതിവെച്ചു.

വീട്ടിലേക്ക് ഊണിനായി സന്ദീപ്മാഷ് ബൈക്കിൽ പോയി. ഭക്ഷണം കഴിച്ച് അയാൾ ധൃതിപ്പെട്ട് മടങ്ങി. മാഷ് പണിസ്ഥലത്ത് എത്തുന്നതിനു മുമ്പെ അവർ വീണ്ടും വാർപ്പപണി തുടങ്ങി എന്നറിഞ്ഞു. മനുഷ്യരുടെയും യന്ത്രത്തിന്റെയും മുരൾച്ച ചുറ്റുപാടുകളിൽ മുഴങ്ങുന്നു.

സന്ദീപ്മാഷ് വീണ്ടും കാഴ്ചക്കാരനായി നിന്നു. അവർ കയ്യൊഴി വില്ലാതെ പണിതുടരുകയാണ്. അപ്പോൾ മനുഷ്യന്റെ കൂട്ടായ്മയുടെ ശക്തിയെക്കുറിച്ചാണ് അയാൾ ചിന്തിച്ചുകൊണ്ടിരുന്നത്. എല്ലാ മേഖ ലകളിലും കൂട്ടായ്മയാണ് മനുഷ്യനെ ശക്തനാക്കുന്നത്. അങ്ങനെയാണ് അവകാശങ്ങളെ നേടി എടുക്കാൻ കഴിയുക.

സംഘടനയിൽ അംഗമാണെങ്കിലും സന്ദീപ്മാഷ് സജീവ പ്രവർത്ത കനല്ല. അയാൾ പഠിപ്പിക്കലിനാണ് പ്രാധാന്യം നല്കുന്നത്. സേതുമാഷും അങ്ങനെതന്നെയാണ്. എന്നാൽ സ്കൂളിൽ പലർക്കും സംഘടന യാണ് രക്ഷാകവചം.

അദ്ധ്യാപക ജീവിതത്തിലെ ആദ്യകാലഘട്ടങ്ങളിൽ സന്ദീപ്മാഷ് സംഘടനയിൽ സജീവമായിരുന്നു. സേതുമാഷും അതേ സംഘടനയിൽ തന്നെയാണ് പ്രവർത്തിച്ചിരുന്നത്. അതുകൊണ്ട് അവർക്ക് ഉറ്റ സുഹൃ ത്തുക്കൾ ആകാൻ കഴിഞ്ഞു. പിന്നീട് അവകാശസമരങ്ങൾക്ക് ഇപ്പോൾ യാതൊരു പ്രസക്തിയുമില്ലെന്ന് സന്ദീപ്മാഷ് തിരിച്ചറിഞ്ഞു. കാരണം ഇപ്പോൾ അവകാശങ്ങളെല്ലാം സ്വാഭാവികമായി കിട്ടുന്നതാണ്. അതുകൊണ്ട് പലപ്പോഴും അന്യായങ്ങളാണ് സംരക്ഷിക്കപ്പെടുക. സ്വന്തം അനുഭവത്തിൽ നിന്നും അതിനെ തിരിച്ചറിയാൻ സന്ദീപ്മാ ഷിന് കഴിഞ്ഞിട്ടുണ്ട്.

സന്ദീപ്മാഷ് അഞ്ചിലെ ക്ലാസ്മാഷ് ആയിരുന്നു. ധന്യ അയാളുടെ ക്ലാസ്സിലാണ് പഠിക്കുന്നത്. വീട്ടിലെ ഏറ്റവും മൂത്തകുട്ടിയാണ് അവൾ. അവൾക്കു താഴെ മൂന്നു മക്കളുമുണ്ട്. ഇളയ കുട്ടിക്ക് അക്കാലത്ത് പ്രായം ആറു മാസമായിരുന്നു. കർഷകത്തൊഴിലാളികളായ അവളുടെ അമ്മയും അച്ഛനും ഒന്നിച്ച പണിക്കുപോകും. പല ദിവസങ്ങളിലും ധന്യയാണ് ഇളയ കുട്ടിയെ നോക്കുക. അതുകൊണ്ട് അവൾക്ക് പാടംനടുമ്പോഴും കൊയ്ത്തുകാലത്തും സ്കൂളിലേക്ക് വരാൻ കഴിഞ്ഞില്ല.

എങ്കിലും ധന്യയായിരുന്നു അഞ്ചാം ക്ലാസ്സിൽ ഏറ്റവും കൂടുതൽ മാർക്ക് വാങ്ങിക്കുന്നത്. അവൾ സ്കൂളിൽ വരാത്ത ദിവസങ്ങളിൽ കൂട്ടുകാരുടെ നോട്ടുപുസ്തകങ്ങൾ പകർത്തി എഴുതി. സന്ദീപ്മാഷിനോട് പലപ്പോഴും അവൾ സംശയങ്ങൾ ചോദിച്ച മനസ്സിലാക്കി. അങ്ങനെയാണ് അവൾ ക്ലാസ്സിൽ പഠിച്ച മുന്നേറുന്നത്.

എന്നാൽ അതേ സ്കൂളിലെ സിസിലിടീച്ചറുടെ മകൾ സന്ദീപ്മാ ഷിന്റെ ക്ലാസ്സിൽ തന്നെയാണ് പഠിക്കുന്നത്. അവൾക്ക് ഒരിക്കലും ധന്യയുടെ ഒപ്പം എത്താൻ കഴിഞ്ഞില്ല. സിസിലിടീച്ചർ സംഘടന യിൽ സജീവമാണ്. അവളുടെ ഭർത്താവ് തോമസും സംഘടനയിൽ അംഗമാണ്.

 മാംസഭക്ഷകൾ

തന്റെ മകൾ രണ്ടാം സ്ഥാനക്കാരി ആകുന്നതിനെ സഹിക്കാൻ സിസിലിടീച്ചർക്ക് കഴിഞ്ഞില്ല. അതോടെ അവർ സന്ദീപ്മാഷിന് നേരെ തിരിഞ്ഞു. സന്ദീപ്മാഷ് മകളുടെ മാർക്ക് ബോധപൂർവ്വം കുറച്ച് തന്നെ അപമാനിക്കുകയാണെന്ന് അവൾ എല്ലാവരോടും പറഞ്ഞു. അത്തരമൊരു നിലപാടിനെ അംഗീകരിക്കാൻ സന്ദീപ്മാഷിന് കഴിഞ്ഞില്ല. അടുത്ത പരീക്ഷ കഴിഞ്ഞപ്പോൾ അയാൾ ധന്യയുടെയും എലിസബത്തിന്റെയും ഉത്തരപേപ്പറുകളെ എല്ലാവരുടെയും മുമ്പിൽ എടുത്തുവെച്ചു. ആർക്കും സംശയം തീർക്കാമെന്നു സന്ദീപ്മാഷ് പറഞ്ഞു. എന്നാൽ ആരും അയാളോട് പ്രതികരിച്ചില്ല. സേതുമാഷ് മാത്രമാണ് അയാളുടെ നിലപാടുകളെ അംഗീകരിച്ചത്.

പലരും എലിസബത്തിന് കൂടുതൽ മാർക്ക് നൽകാനാണ് സന്ദീപ് മാഷിനോട് ഉപദേശിച്ചത്. അങ്ങനെ പ്രശ്നങ്ങളെ പരിഹരിക്കാമെന്ന് അവർ പറഞ്ഞു. എന്നാൽ സന്ദീപ്മാഷ് അത്തരമൊരു നെറികേടിന് തയ്യാറായില്ല. അയാൾ പാവപ്പെട്ട ധന്യയുടെ പിന്നിൽ ഉറച്ചുനിന്നു. അപ്പോഴും സേതുമാഷ് അയാളുടെ നിലപാടുകളെ പിന്തുണച്ചു.

സന്ദീപ്മാഷിന്റെ സത്യസന്ധതയ്ക്ക് എതിരെ പ്രതികരിച്ച സിസിലി ടീച്ചർ മകളെ അടുത്ത തന്നെയുള്ള ഗേൾസ്ഹൈസ്കൂളിലേക്ക് മാറ്റി. കൂടാതെ സംഘടനയും സന്ദീപ്മാഷിനെ കുറ്റക്കാരനായാണ് കണ്ടത്. അവരിൽ പലരും അയാളോട് സംസാരിക്കാൻ മടിച്ച. കാരണം സിസിലി ടീച്ചർ ജില്ലാ കമ്മിറ്റിയിൽ അംഗമാണ്. സന്ദീപ്മാഷ് വെറും പ്രവർത്തകൻ മാത്രമാണ്. അപ്പോഴും സേതുമാഷാണ് അയാളെ പിന്തുണച്ചത്.

അതോടെ സന്ദീപ്മാഷ് സംഘടനയിൽനിന്ന് പൂർണ്ണമായും അകന്നു. അയാൾ സംഘടനയിലെ ഒരു മെമ്പർ മാത്രമായി. സംഘടനയിൽ നിന്ന് അകലാൻ മറ്റ കാരണവും സന്ദീപ്മാഷിനുണ്ട്. അയാളുടെ കൂടെ കോളേജിൽ പഠിച്ചിരുന്ന ഭരത്ചന്ദ്രൻ പാർട്ടിയുടെ സജീവ പ്രവ ർത്തകനായിരുന്നു. അയാൾ പലപ്പോഴും പാർട്ടിയുടെ തീരുമാനങ്ങളെ വിമർശിച്ചിരുന്നു. എങ്കിലും പാർട്ടിയിൽ നിന്ന് ഒഴിയാൻ അയാൾ തയ്യാറായില്ല. അധികാരം മാത്രം ലക്ഷ്യമാക്കിയ പാർട്ടിയെ ഒടുവിൽ അയാൾക്ക് കൈയൊഴിയേണ്ടി വന്നു. സ്വാർത്ഥതാല്പര്യങ്ങൾ ഇല്ലാത്ത അയാളെ ഉൾക്കൊള്ളാൻ പാർട്ടിക്ക് കഴിഞ്ഞില്ല. പരാന്നഭോജി അല്ലാതെ ജീവിക്കാൻ ആഗ്രഹിച്ച ഭരത്ചന്ദ്രൻ സ്വകാര്യ ബാങ്കിലെ ജീവനക്കാരനാണ്. അയാൾ വ്യവസ്ഥിതിയെ മാറ്റം വരുത്താതെ നില നിർത്തുന്ന എല്ലാ പാർട്ടികളെയും അവിശ്വസിച്ചു. അവർ മറ്റാരുടെയോ താൽപര്യങ്ങളെ സംരക്ഷിക്കുകയാണെന്ന് അയാൾ തിരിച്ചറിഞ്ഞു.

വൻകിട കമ്പനികളുടെ ഔദാര്യം പറ്റുന്ന പാർട്ടികൾ ജനങ്ങളുടെ താല്പ ര്യങ്ങളെ അല്ല സംരക്ഷിക്കുക എന്ന് അയാൾ മനസ്സിലാക്കി. എങ്കിലും നാട്ടിൽ ഭരത്ചന്ദ്രൻ പാർട്ടിക്കാരനായാണ് അറിയപ്പെട്ടിരുന്നത്.

ഭരത്ചന്ദ്രന്റെ ജീവിതം സന്ദീപ്മാഷിനെയും സേതുമാഷിനെയും വല്ലാതെ സ്വാധീനിച്ചിട്ടുണ്ട്. അയാൾ അവരുടെ പ്രതീക്ഷയായിരുന്നു.

സ്വകാര്യതയിലേക്ക് ഉൾവലിഞ്ഞ് സ്വാർത്ഥനായി ജീവിക്കാൻ ഒരിക്കലും സന്ദീപ്മാഷ് ആഗ്രഹിച്ചിട്ടില്ല. മാറ്റത്തിന് സംഘടിതശക്തി കൾ ആവശ്യമാണ്. എന്നാൽ ഇപ്പോൾ സംഘടിത ശക്തികളെല്ലാം സ്വാർത്ഥരുടെ കൂടെയാണ്. നിസ്വാർത്ഥതയും സാമൂഹ്യബോധവും അനാവശ്യമായി തീർന്നിരിക്കുന്നു.

സന്ദീപ്മാഷ് തന്റെ മുമ്പിലുള്ള പുതിയ തലമുറയെക്കുറിച്ച് ആലോചിച്ചു. അവർക്ക് സംഘടിതശക്തി ആവേണ്ടത് ആവശ്യമാണ്. സ്വകാര്യ സ്കൂളുകൾ പരിമിതമായ ശമ്പളമാണ് പലർക്കും നൽകുന്നത്. സ്വകാര്യകോളേജുകളുടെ സ്ഥിതിയും ഇതുതന്നെയാണ്. നഴ്സുമാര ടെയും അവസ്ഥ അതിദയനീയമാണ്. പ്രൊഫഷണലുകൾ എല്ലാം തന്നെ കനത്ത കടബാദ്ധ്യതയിലാണ്. അവർക്ക് ജോലി സ്ഥിരത പോലും ഉറപ്പില്ല. അവരെ ഭരണകൂടങ്ങൾ നിസ്സഹായരാക്കിയിരിക്കു ന്നു. പ്രതികരിക്കാൻ ആവാത്തവിധം അവർ ഓരോ സ്വകാര്യമായ തുരുത്തുകളിലാണ്.

തന്റെ തലമുറയുടെ സംഘടനാശക്തിയെക്കുറിച്ച് സന്ദീപ്മാഷിന് ഉത്തമബോദ്ധ്യമുണ്ട്. വൻ വോട്ടുബാങ്ക് ആയതുകൊണ്ട് സർക്കാർ ജീവനക്കാരും അദ്ധ്യാപകരും സുരക്ഷിതരാണ്. പുതിയ തലമുറയുടെ അവസ്ഥ പഴങ്കാലങ്ങളിലേക്ക് തിരിഞ്ഞിരിക്കുന്നു. അവർ എവിടെയും അടിമകളായാണ് കാണപ്പെടുന്നത്. അവരുടെ സാമൂഹ്യബോധങ്ങൾ ഇല്ലാതായിരിക്കുന്നു. സ്വകാര്യതയിലേക്ക് ചുരുങ്ങിച്ചുരുങ്ങി അവരും ഇല്ലാതാവുകയാണ്.

ഇടത്തരക്കാരായ പുതിയ തലമുറയുടെ ദയനീയ ചിത്രങ്ങൾ കടന്നു വന്നപ്പോൾ സന്ദീപ്മാഷ് അസ്വസ്ഥനായി. തന്റെ മക്കളും അരക്ഷിത മായ അവസ്ഥയെ ആകും നേരിടുക.

ഇപ്പോൾ സമയം സന്ധ്യ ആയിരിക്കുന്നു. സിമന്റ് കലക്കുന്ന യന്ത്ര ത്തിന്റെ മുരൾച്ച അവസാനിച്ചിരിക്കുന്നു. പണിക്കാരെല്ലാം ആകെ ക്ഷീണിച്ചിരിക്കുന്നു. നാലുമണിയോടെ ചായയും പഴംപൊരിയും മാഷ് വാങ്ങിച്ചുകൊടുത്തതാണ്. എന്നാൽ പെണ്ണങ്ങൾ മാത്രമാണ് അതെല്ലാം കഴിച്ചത്. ലഹരിയുടെ കനപ്പിൽ മുഴുകിയ ആണുങ്ങൾ ഒന്നും കഴിക്കാൻ തയ്യാറായില്ല.

          മാംസഭക്ഷുകൾ

രാവിലെ മുതൽക്കുള്ള നോക്കിനിൽപ്പ് സന്ദീപ്മാഷിനെ തളർത്തി
യിരുന്നു. കോൺട്രാക്ടർ എല്ലാവർക്കും പണം വീതിച്ചനൽകി. അയാളും
ധൃതിയിൽ പോയി. സന്ദീപ്മാഷും വീട്ടിലേക്ക് തിരിച്ച പോകാൻ
തയ്യാറായി.

നാല്

സംഘടനകൾ യഥാർത്ഥ ചുമതലകളിൽ നിന്നമാറി മറ്റൊരു വഴിക്കാണ് സഞ്ചരിക്കുന്നതെന്ന് സന്ദീപ്മാഷിന് അനുഭവങ്ങളിൽ കൂടെ അറിയാൻ കഴിഞ്ഞു. എന്നാൽ അത് സർക്കാർ ജീവനക്കാരുടെ സംഘടനകളിൽ മാത്രമാണ് സംഭവിച്ചതെന്ന് അയാൾ ആദ്യം വിശ്വസിച്ചു. ഇപ്പോൾ തൊഴിലാളികളുമായി നേരിട്ട് ഇടപഴകുന്നതുകൊണ്ട് സന്ദീപ്മാഷിന് തന്റെ വിശ്വാസങ്ങൾ പലതിനെയും തിരുത്തേണ്ടിവന്നിട്ടുണ്ട്. അതെന്തെകൊണ്ടാണെന്ന് അയാൾക്ക് പൂർണ്ണമായും അറിയാൻ കഴിഞ്ഞില്ല. സേതുമാഷുമായി പലതവണ സന്ദീപ്മാഷ് ഇതിനെക്കുറിച്ച് ചർച്ച ചെയ്തിട്ടുണ്ട്. എന്നാൽ അവർക്ക് വ്യക്തമായൊരു ഉത്തരം ലഭിച്ചില്ല. എങ്കിലും തന്റെ അന്വേഷണങ്ങൾ സന്ദീപ്മാഷ് തുടർന്നു കൊണ്ടിരുന്നു.

വാർപ്പിനുശേഷം പിറ്റേന്ന് പത്തുമണിയോടെയാണ് സന്ദീപ്മാഷ് വീടുപണിയുന്ന സ്ഥലത്ത് എത്തുന്നത്. അപ്പോഴേക്കും ഒരു പണിക്കാരനും കൂടെ ഒരു സ്ത്രീയും അവിടെ എത്തിയിരുന്നു. അയാൾ വാർപ്പിന്റെ ചുറ്റപാടുകളിൽ മണൽക്കൂട്ടി ചെങ്കല്ലുകൾ വെയ്ക്കുകയാണ്. അവളാണ് അവയെ എല്ലാം മുകളിലേക്ക് എത്തിക്കുന്നത്.

ദൂരെ നിന്നുതന്നെ സന്ദീപ്മാഷ് അവരുടെ പണിയെ ശ്രദ്ധിച്ചു. അവർ പണികഴിഞ്ഞിറങ്ങിയപ്പോൾ അയാൾ കാഴ്ച കാണാനായി മുകളിലേക്ക് കോണികയറി. ചെങ്കല്ലുകൾ കൊണ്ട് തടകെട്ടിയതിനു പുറമെ മണലുകൊണ്ട് കള്ളികൾ വരച്ചിരിക്കുകയാണ്. അവയിൽ വെള്ളം നിറച്ചിരിക്കുന്നു.

വലിയ ആശ്വാസത്തോടെ സന്ദീപ്മാഷ് ചുവട്ടിലേക്ക് ഇറങ്ങി. അപ്പോഴേക്കും കോൺട്രാക്ടറും അയാളുടെ അടുത്ത് എത്തി.

തുടർന്ന് അടുത്ത പണിയെക്കുറിച്ചാണ് കോൺട്രാക്ടർ സംസാരിച്ച തുടങ്ങിയത്. ഇനി മരപ്പണിയാണ് തുടങ്ങേണ്ടത്. ആശാരിമാർ അയാളുടെ കൂടെ തന്നെയുണ്ട്. കരാറിൽ വാതിലും ജനലുമെല്ലാം തേക്കി ന്തടിയിലാണ്. അതുകൊണ്ട് സന്ദീപ്മാഷിന് മനഃസമാധത്തോടെ അടുത്ത പണിയെ സമീപിക്കാം.

കോൺട്രാക്ടർ ഒച്ച താഴ്ത്തി പറഞ്ഞു:

'മരപ്പണിക്കുള്ള പണം വേണം. എന്നാലേ പണി തുടങ്ങാനാവൂ. താഴത്തെ നിലയിൽ വാതിൽ കട്ടിളകളും ജനാലകട്ടിളകളും ഉടനടി ഉണ്ടാക്കണം.'

'വാർപ്പിനും മരപ്പണിക്കും കൂടി പണം തന്നിട്ടുണ്ടല്ലോ ? ആദ്യം കട്ടിള കൾ ഉണ്ടാക്കിയാൽ മതി.'

അതുകേട്ടപ്പോൾ കോൺട്രാക്ടർ കൂടുതൽ ഒന്നും പറയാതെ നിശ്ശബ്ദ നായി നിന്നു. എങ്കിലും വീട് നന്നാക്കാനുള്ള കഴൽ വാങ്ങിക്കാനും ആശാരി പ്പണിക്കുള്ള ടാർപോളിനും വേണ്ടി സന്ദീപ്മാഷിനോട് അയാൾ പണം വാങ്ങിച്ചു. മരപ്പണി എത്രയും വേഗം തുടങ്ങാമെന്നും പറഞ്ഞു.

സന്ദീപ്മാഷിന് അവിടെ പ്രത്യേകിച്ചൊന്നും ചെയ്യാനില്ല. പണിക്കാർ മറ്റ് സ്ഥലത്തേക്ക് പോയിരിക്കുന്നു. മാഷ് വീണ്ടും മുകളിൽ കയറി കെട്ടി നിൽക്കുന്ന വെള്ളത്തിന്റെ അളവു നോക്കി. പറയത്തക്ക മാറ്റങ്ങളൊ ന്നുമില്ല. എന്നും വൈകിട്ട് സേതുമാഷിനെ കാണാറുള്ളതാണ്. ഇന്നലെ കണ്ടില്ല. അതുകൊണ്ട് അയാൾ സേതുമാഷിനെ മൊബൈലിൽ വിളിച്ച് വിവരങ്ങൾ അന്വേഷിച്ചു. ഇന്നലെ ഉച്ചയ്ക്ക് അവധിയെടുത്ത് സേതുമാഷ് പെട്ടെന്ന് തന്നെ വീട്ടിലേക്ക് പോയി. ആസ്മക്കാരിയായ ഭാര്യയെ ഡോക്ടറെ കാണിക്കേണ്ടിയിരുന്നു. അതിന് ഡോക്ടറുമായി സമയം നിശ്ചയിച്ചതാണ്. ഇന്നു കാണാമെന്നും സേതുമാഷ് പറഞ്ഞു.

എഞ്ചിനീയർ ഇടയ്ക്കിടെ വന്ന് വീട്ടുപണി കണ്ടു പോകുന്നുണ്ട്. ഓരോഘട്ടം പണിയുടെയും ഫോട്ടോ അയാൾ എടുക്കുന്നു. സന്ദീപ്മാഷ് ബാങ്കിൽ പോയി പണം വന്നിട്ടുണ്ടോ എന്ന് അന്വേഷിച്ചു. ഒന്നാം നിലയ്ക്കാണ് അയാൾ ലോൺ എടുക്കുന്നത്. പരമാവധി കൈയിൽ നിന്ന് പണം ഇറക്കാനാണ് അയാൾ തീരുമാനിച്ചത്. അനാവശ്യമായ കടബാദ്ധ്യതകളെ ഒഴിവാക്കാൻ മാഷ് ആഗ്രഹിച്ചു.

വീണ്ടും പണി തുടങ്ങാൻ ചിലപ്പോൾ മാസങ്ങൾ വേണ്ടിവരും. വാർപ്പ് ഉറച്ചാൽ മാത്രമേ മുളകളെ എടുക്കൂ. അതിന് ഒരു മാസമെങ്കിലും വേണ മെന്നാണ് സേതുമാഷ് പറഞ്ഞത്. അതുകൊണ്ട് അടുത്താഴ്ച മുതൽ സ്കൂളിൽ പോകാമെന്ന് സന്ദീപ് മാഷ് തീരുമാനിച്ചു. ഇടവേളകളിൽ അയാൾ പഠിപ്പിക്കാൻ പോകാറുള്ളതാണ്. ഒരു മാസം കഴിഞ്ഞാൽ വേനൽ അവധി തുടങ്ങുകയാണ്.

വീട്ടിലും സ്കൂളിലും പ്രത്യേകിച്ച് വലിയ മാറ്റങ്ങൾ ഒന്നുമില്ല. എല്ലാം സ്വാഭാവികമായി നീങ്ങുന്നു. എന്നാൽ സന്ദീപ്മാഷിന്റെ മനസ്സി ലാണ് ആശങ്കകൾ ഉള്ളത്. വീടുകെട്ടി കഴിയുമ്പോഴാണ് ഇനി അത് കുറയുക. പലപ്പോഴും അയാളുടെ മുമ്പിലേക്ക് അനാവശ്യ ചെലവുകൾ

കടന്നുവരാറുണ്ട്. കാര്യങ്ങൾ എല്ലാം തന്റെ കണക്കുകൂട്ടലുകളിൽ ഒതുങ്ങില്ലെന്ന് സന്ദീപ്മാഷിന് അറിയാം.

ഇപ്പോൾ ഇടവിട്ട ദിവസങ്ങളിലാണ് സന്ദീപ്മാഷ് പണിസ്ഥലത്ത് എത്തുന്നത്. ടെറസിലെ വെള്ളത്തിന്റെ കുറവുകണ്ടാൽ അയാൾ തളം കെട്ടിനിൽക്കുന്നതുവരെ നനക്കും. ആശാരിമാർ ടാർപ്പോളിൻ ഷെഡിൽ ഇരുന്ന് പണിയെടുത്തു തുടങ്ങിയിരിക്കുന്നു. അവർ ജനാലകട്ടിലകളെ യും വാതിൽകട്ടിലകളെയും ഉണ്ടാക്കുകയാണ്. കൂടുതലും യന്ത്രങ്ങളെ യാണ് അവർ ഉപയോഗിക്കുന്നത്. കട്ടിലകൾ കൊണ്ടുവരുമ്പോൾ തന്നെ ഈർച്ചമില്ലിൽ നിന്നും അവയെ ഏകദേശം അളന്നുമുറിച്ചിരുന്നു.

ഒരു മാസത്തിനശേഷം കോൺട്രാക്ടർ മുളങ്കാലുകൾ എല്ലാം നീക്കി ത്തുടങ്ങി. പിന്നീട് കുറച്ച ദിവസങ്ങൾക്ക് ശേഷം മരപ്പലകകൾ മാറ്റി. വീടിന്റെ ഏകദേശരൂപം കാണാൻ സുമയും മക്കളും എത്തി. മക്കൾ സന്തോഷത്തോടെ വീടിന് ചുറ്റിലും ഓടിനടന്നു.

കോൺട്രാക്ടർ രണ്ടാംനില കെട്ടാനുള്ള തയ്യാറെടുപ്പിലാണ്. അവിടവിടെ ട്രാക്ടറുകൾ ചെങ്കല്ലുകളെ കൂമ്പാരം കൂട്ടുകയാണ്. താഴത്തെ നിലയിൽ വാതിലുകളുടെയും ജനാലകളുടെയും കട്ടിലകൾ ഉറപ്പിച്ചുക ഴിഞ്ഞു.

അപ്പോഴേയ്ക്കും വേനലവധി പാതിയോളമെത്തി. രണ്ടാം നിലയ്ക്ക് തയ്യാ റാകുമ്പോൾ തന്നെ സന്ദീപ്മാഷ് ഗഡുസംഖ്യ നല്കിയിരുന്നു. അതിന് അയാൾ ഡയറിയുടെ മറ്റൊരു പേജിൽ ഒപ്പിട്ടു വാങ്ങുകയും ചെയ്തു.

ഇപ്പോൾ കോൺട്രാക്ടർക്ക് വീട് പണിയാനുള്ള കൂടുതൽ അവസര ങ്ങൾ കിട്ടിയിരിക്കുന്നു. കഴൽമന്ദത്ത് രണ്ടു വീടുകളുണ്ട്. ഒന്ന് ഇരുനില വീടാണ്. മറ്റൊന്ന് ഒറ്റനിലയുമാണ്. പെരിങ്ങോട്ടുകുറിശ്ശിയിൽ അയാൾക്ക് നാലുവീടുകളാണ് പണിയേണ്ടത്. അവയെല്ലാം ഒറ്റനില കളാണ്. നാലു വീടുകളും സുഹൃത്തുക്കളായ പോലീസുകാരുടെതാണ്.

കോൺട്രാക്ടർക്ക് പണിക്കൂടിയതോടെ അതിന്റെ വിഷമം കൂടുതലായി അനുഭവിച്ചത് സന്ദീപ്മാഷാണ്. മാഷിന്റെ വീട്ടുപണി നടക്കുന്ന സ്ഥല ത്തിന് അടുത്താണ് കോൺട്രാക്ടറുടെ ഓഫീസ്. അവിടെ അയാൾക്ക് സഹായിയായി ബിടെക് കഴിഞ്ഞ ഒരു പെൺകുട്ടിയാണുള്ളത്. അവൾ അപൂർവ്വമായാണ് ഓഫീസിൽ നിന്ന് ഇറങ്ങുക. മിക്കപ്പോഴും അവളാണ് സ്കെച്ചും പ്ലാനും എല്ലാം വരയ്ക്കുന്നത്.

കോൺട്രാക്ടർ രാവിലെ പണിക്കാരോട് നിർദ്ദേശങ്ങൾ നൽകിയ തിനുശേഷം മറ്റ പണി സ്ഥലങ്ങളിലേക്ക് പോകും. പിന്നീട് അയാൾ പിറ്റേന്ന് രാവിലെയാണ് സന്ദീപ്മാഷിന്റെ വീട്ടുപണി സ്ഥലത്ത്

എഴുതുക. ഇതിനിടയ്ക്ക് അത്യാവശ്യത്തിന് ഫോണിലാണ് മാഷുമായി ബന്ധപ്പെടുക. എന്നാൽ അതൊരിക്കലും ശരിയായ നിലപാടല്ലെന്ന് സന്ദീപ്മാഷിന് തോന്നാറുണ്ട്.

ആശാരി മരത്തിലെ ഓട്ട അടയ്ക്കുമ്പോൾ അതിനെക്കുറിച്ച് സന്ദീ പ്മാഷ് സംസാരിച്ചതാണ്. അവരുടെ മറുപടി അയാളെ അമ്പരപ്പി ക്കുകതന്നെ ചെയ്തു.

വേലുമണി ആശാരിയാണ് മറ്റള്ളവർക്കെല്ലാം നിർദ്ദേശങ്ങൾ നൽകുന്നത്. അയാൾ യാതൊരു ദയാദാക്ഷിണ്യവുമില്ലാതെ സന്ദീപ് മാഷിനോട് പറഞ്ഞു:

'പോട്ടകളെ അടയ്ക്കാനാണ് എന്നോട് കോൺട്രാക്ടർ പറഞ്ഞി രിക്കുന്നത്. അനാവശ്യമായി മരം കളയരുതെന്നും പറഞ്ഞിട്ടുണ്ട്. അതുകൊണ്ട് മാഷിന് എന്തെങ്കിലും പരാതിയുണ്ടെങ്കിൽ കോൺട്രാ ക്ടറോട് പറഞ്ഞാൽ മതി. മരപ്പണി നോക്കാനൊന്നും മാഷ് വരണ്ട. അതാണ് മാഷിന്റെ മനസ്സമാധാനത്തിനു നല്ലത്.'

പണം മുടക്കി വീട്ടുപണിയ്ക്കുന്ന സന്ദീപ്മാഷിന് അങ്ങനെ എളുപ്പ ത്തിൽ ഒഴിഞ്ഞുമാറാനായില്ല. അയാൾ എപ്പോഴും പണിസ്ഥലത്ത് പോയിക്കൊണ്ടിരുന്നു.

ഇത്തരമൊരു അനുഭവം ജീവിതത്തിൽ ആദ്യമായാണ് സന്ദീപ്മാഷ് നേരിട്ടന്നത്. വീട്ടിൽനിന്ന് പടിയിറക്കിവിട്ട അനുഭവമാണ് അയാൾക്ക് അപ്പോൾ തോന്നിയത്. സേതുമാഷിന് അയാളുടെ ക്ഷോഭത്തെ തിരി ച്ചറിയാൻ കഴിഞ്ഞു. എങ്കിലും ചിലതെല്ലാം കണ്ടില്ലെന്നും കേട്ടില്ലെന്നും നടിക്കേണ്ടി വരുമെന്ന് അയാൾ പറഞ്ഞു. കാലത്തിന്റെ മാറ്റം ഏതോ മഹാദുരന്തത്തിലേക്കാണ് നീങ്ങുന്നതെന്നും സേതുമാഷ് സൂചിപ്പിച്ചു.

കോൺട്രാക്ടർ രാവിലെ മാത്രം വരുന്നതോടെ കൂടുതൽ പ്രശ്നങ്ങൾ ഉണ്ടാകുമെന്ന് സന്ദീപ്മാഷിന് മനസ്സിലായി. പണിക്കാരുമായി അനാ വശ്യമായി സംസാരിക്കാൻ അയാൾ തയ്യാറായില്ല. ദിവസവും പല പണിക്കാരും വരുന്നതുകൊണ്ട് അയാൾക്ക് സ്ഥിരമായി വരുന്നവരെ മാത്രമാണ് തിരിച്ചറിയാൻ കഴിയുക.

വേനലവധിയിൽ സന്ദീപ്മാഷും സേതുമാഷും കുടുംബത്തോടെ എല്ലാ വർഷവും പതിവായി ദീർഘയാത്ര പോകാറുണ്ട്. അത് പലപ്പോഴും ദക്ഷിണോന്ത്യയിലെ പ്രശസ്തമായ അമ്പലങ്ങൾ ആയിരിക്കും. ഒരാഴ്ച യോളമാണ് അവർ അങ്ങനെ യാത്ര ചെയ്യുക. ഇത്തവണ വീട്ടുപണി യായയപ്പോൾ എവിടേയ്ക്കും പോകാൻ സന്ദീപ്മാഷിന് കഴിഞ്ഞില്ല.

വീടുപണിയുമ്പോൾ കുറെക്കൂടി ഉത്തരവാദിത്വത്തോടെ സുമ പെരു മാറ്റമെന്നാണ് സന്ദീപ്മാഷ് കരുതിയത്. ഇപ്പോൾ അത് അയാളുടെ ചുമതല മാത്രമായിരിക്കുന്നു. എങ്കിലും അവളോട് യാതൊരു നീരസവും അയാൾക്ക് തോന്നിയില്ല. സുമയുടെ സ്വഭാവപ്രകൃതം എപ്പോഴും സൗമ്യമാണ്. ആൾക്കാരുമായി അധികമൊന്നും ഇടപഴകാൻ അവൾക്ക് താൽപര്യമില്ല. അത്തരമൊരു സ്വഭാവത്തെയാണ് സന്ദീ പ്മാഷ് ഇഷ്ടപ്പെട്ടിരുന്നത്.

രണ്ടാംനില കെട്ടാൻ ആരംഭിച്ചതോടെ സന്ദീപ്മാഷ് എല്ലാ ദിവസവും നേരത്തെ പണിസ്ഥലത്ത് എത്തി. അയാൾ ചെങ്കല്ലുകളെ വെള്ളം നനച്ച് ഈറനാക്കി. പലപ്പോഴും പണിക്കാർ പേരിനു മാത്രമാണ് ചെങ്കല്ലുകളിൽ വെള്ളം തെളിക്കുക.

ഇപ്പോൾ മഴക്കാലം ഇടങ്ങാറായിരിക്കുന്നു. എത്രയും വേഗം രണ്ടാം നിലയിൽ ചുവരുകൾ കെട്ടണമെന്നാണ് സന്ദീപ് മാഷ് കരുതിയത്. അതിനുവേണ്ടി കോൺട്രാക്ടറെ അയാൾ നിർബ്ബന്ധിച്ചിരുന്നു. അയാളുടെ സമ്മർദ്ദം സഹിക്കാതെയാണ് കോൺട്രാക്ടർ പണി ആരംഭിച്ചത്.

എല്ലാവർക്കും മുമ്പെ മേസ്തിരിയുമായി പണിസ്ഥലത്ത് കോൺട്രാക്ടർ എത്തും. അപ്പോൾ സന്ദീപ്മാഷും ഉണ്ടാകും. മേസ്തിരിക്ക് അന്നത്തെ പണിക്കുള്ള നിർദ്ദേശങ്ങൾ കോൺട്രാക്ടർ നല്കും. സന്ദീപ്മാഷിനെ നോക്കി പുഞ്ചിരിച്ചതിനുശേഷം അയാൾ ഉടനടി മറ്റൊരു പണിസ്ഥ ലത്തേക്കു പോകും.

മുൻ അനുഭവങ്ങളെ ഉൾക്കൊണ്ട സന്ദീപ്മാഷ് പണിക്കാരോട് അധികമൊന്നും നേരിട്ട് സംസാരിക്കാറില്ല. മേസ്തിരിയോടാണ് അയാൾ എന്തെങ്കിലും പറയുക. അതും അപൂർവ്വമാണ്.

എട്ടുവണ്ണം കനത്തിൽ മുകൾനിലയിലെ രണ്ടു ചുവരുകൾ പണിതു കഴിഞ്ഞു. മുറികൾ തരംതിരിക്കാനുള്ള ചെങ്കല്ലുകളെയും അവർ മുകളിൽ എത്തിച്ചു. തുടർച്ചയായി പണിതുകൊണ്ടിരുന്ന അവർ ഒരു ദിവസം പണിക്കുവന്നില്ല. ആരും വരാതായപ്പോൾ നിരാശനായ സന്ദീപ്മാഷ് കോൺട്രാക്ടറെ ഫോൺ ചെയ്തു വിവരം അന്വേഷിച്ചു.

ഒരു ഗൃഹപ്രവേശം ഉണ്ടെന്നും അന്നോതിയ്യതിയ്ക്ക് എല്ലാ പണിയും തീർക്കണമെന്നും അയാൾ പറഞ്ഞു. അതുകൊണ്ട് ഇനി ഒരാഴ്ച കഴിഞ്ഞാണ് അവിടെ പണി ആരംഭിക്കുക. അതുവരെ മാഷ് ചുവരുകൾ നനയ്ക്കണമെന്നും അയാൾ കൂട്ടിച്ചേർത്തു.

സന്ദീപ്മാഷിന്റെ മറുപടി കേൾക്കാൻ കോൺട്രാക്ടർ തയ്യാറായില്ല. അയാൾ മൊബൈൽ നിശ്ശബ്ദമാക്കുകയാണ് ചെയ്തത്.

   മാംസപ്പൂക്കൾ

ചുവരുകൾ നനച്ച സന്ദീപ്മാഷ് മനസ്സാപത്തോടെ മരച്ചവട്ടിൽ ഇരുന്നു. അയാൾക്ക് ആരോട്ടും പരാതിപ്പെടാൻ തോന്നിയില്ല. എങ്കിലും സേതുമാഷിനോട് വിവരം വിളിച്ചറിയിച്ചു.

ഒരാഴ്ച എന്നത് പതിനഞ്ച് ദിവസത്തോളം നീണ്ടുപോയി. അപ്പോഴേ യ്ക്കും മഴക്കാലത്തിന്റെ വരവായി. താഴത്തെ നിലയിൽ സിമന്റ് കലക്ക മെന്നാണ് സന്ദീപ്മാഷ് വിചാരിച്ചത്. എന്നാൽ അവർ സൗകര്യം നോക്കി മുകളിൽ തന്നെ സിമന്റെ കലവ ഉണ്ടാക്കി.

കറുത്തു മൂടിയ ആകാശത്തെ കണ്ട സന്ദീപ്മാഷിന് വല്ലാത്ത വിഷമം തോന്നി. എന്നാൽ പണിക്കാർ ആകാശം കറുക്കുന്നതു കണ്ടപ്പോൾ സന്തോഷത്തോടെ പുഞ്ചിരിച്ചു. മഴ പെയ്താൽ അവർക്ക് പണി നിർത്തി ആശ്വസിക്കാമല്ലോ.

ആകാശം ഇരുളുന്നതു കണ്ടപ്പോൾ സന്ദീപ്മാഷ് മേസ്ത്രിയോടു പറഞ്ഞു:

'കലവ താഴത്തെ മുറിയിൽ കലക്കിയാൻ മതി. മഴ പെയ്ത് സിമന്റ് പാലെല്ലാം ഒലിച്ചു പോകും.'

സന്ദീപ്മാഷിന്റെ വാക്കുകളെ മേസ്ത്രി ഗൗരവമായി എടുത്തില്ല. അവർ പതിവുപോലെ മുകൾനിലയിൽ കലവ കലക്കിക്കൊണ്ടിരുന്നു.

പെട്ടെന്ന് മഴ പെയ്തുതുടങ്ങി. കനത്ത മഴ പെയ്തതോടെ അവർ സിമന്റ് കലവയെ ചാക്കുകളിട്ടു മൂടി. പിന്നീട് കെട്ടിക്കൊണ്ടിരുന്ന ചുവരുകളുടെ മുകളിൽ ചാക്കുകൾ വെച്ചു. മഴ കൊള്ളാതിരിക്കാൻ എല്ലാവരും താഴത്തെ നിലയിലേക്ക് ഇറങ്ങി.

സന്ദീപ്മാഷ് നിരാശനായി വെറുതെ നിന്നു. കുറെനേരത്തിനു ശേഷം മഴ നിന്നു. അവരെല്ലാം മുകളിലേക്ക് കയറി. ചാക്കുകൾ കൊണ്ട് കലവ മറച്ചെങ്കിലും വെള്ളം വീണ് സിമന്റ് പാലെല്ലാം ഒഴുകി പോയി രിക്കുന്നു. കൂടുതലും വെളുത്ത മണലാണ് കാണുന്നത്. ചുവരുകളിൽ നിന്നും സിമന്റ് പാലുകൾ ഒലിച്ചിറങ്ങിയിരിക്കുന്നു..

എന്തുചെയ്യണമെന്നറിയാതെ മടിച്ചുനിന്ന സന്ദീപ്മാഷ് മേസ്ത്രി യോട് പറഞ്ഞു:

'സിമന്റ് പാൽ എല്ലാം ഒഴുകിപ്പോയി. ഇനി വീണ്ടും സിമന്റ് കലക്കണം. എന്നിട്ട് കലവ ശരിയാക്കണം.'

മേസ്ത്രി വെറുതെ ചിരിച്ച് ഒന്നും സംഭവിക്കാതെ പോലെ പണി ഇടർന്നു. അയാളുടെ കൂട്ടത്തിൽ മറ്റൊരാളുമുണ്ട്. പെണ്ണങ്ങൾ ചാറ്റൽ മഴ നനഞ്ഞ് കലവയെ ഇരുമ്പുചട്ടിയിൽ നിറയ്ക്കുകയാണ്.

അതുകണ്ടപ്പോൾ സന്ദീപ്മാഷ് വീണ്ടും പറഞ്ഞു:

'മണലു കൊണ്ടല്ല വീട് കെട്ടേണ്ടത്. സിമന്റിന്റെ കണക്കുകളൊക്കെ എനിക്ക് അറിയാം. നിങ്ങൾ പൊതുവെ തന്നെ സിമന്റ് കുറവാണ് ഇടുന്നത്. മണലിന്റെ അളവാണ് കൂടുതൽ'

അപ്പോൾ മേസ്തിരി പറഞ്ഞു:

'മഴ പെയ്താലും പണി നിർത്തരുതെന്ന് കോൺട്രാക്ടർ പറഞ്ഞിട്ടുണ്ട്. ഞങ്ങൾ അയാൾ പറഞ്ഞതാണ് ചെയ്യുക. മഴ പെയ്താൽ കൂടുതൽ സിമന്റ് ചേർക്കാൻ പറ്റില്ല. എന്തെങ്കിലും വിഷമം മാഷിനുണ്ടെങ്കിൽ കോൺട്രാക്ടറോട പറഞ്ഞാൽ മതി. നിങ്ങൾ പറഞ്ഞാലൊന്നും ഞങ്ങൾ കേൾക്കില്ല.'

താഴേക്ക് ഇറങ്ങിയ സന്ദീപ്മാഷ് കോൺട്രാക്ടർക്ക് ഫോൺ ചെയ്തു. അയാൾ ലാഘവത്തോടെയാണ് സന്ദീപ്മാഷിന്റെ വാക്കുകളെ കേട്ടത്. അവസാനം കോൺട്രാക്ടർ പറഞ്ഞു:

'ചുവര തേക്കുമ്പോൾ എല്ലാം ശരിയാകും. മഴ നനഞ്ഞാൽ പുതുതായി കലവ ഉണ്ടാക്കാനൊന്നും പറ്റില്ല. അതു തന്നെ ഉപയോഗിക്കും. അതാ ണതിന്റെ രീതി. മാഷ് അനാവശ്യമായി പണിക്കാരോട് സംസാരിക്ക ണ്ട.'

ഇതു പറഞ്ഞ് അയാൾ ഫോൺ നിശ്ശബ്ദമാക്കുകയാണ് ചെയ്തത്.

അപ്പോഴും ചാറ്റൽ മഴ പെയ്യുന്നുണ്ട്. തലയിൽ പ്ലാസ്റ്റിക് കവറിട്ട് പണിക്കാർ പണി ചെയ്യുകയാണ്. കലവയിൽ നിന്ന് സിമന്റ് ഒഴുകുന്ന ണ്ട്. കെട്ടുന്ന ചുവരിൽ നിന്നും പണികഴിഞ്ഞവയിൽ നിന്നും സിമന്റ് പാല്കൾ ചുറ്റപാടുകളിലേക്ക് പടരുന്ന.

സന്ദീപ്മാഷിന് അധികനേരം കാഴ്ചകളെ കണ്ടു നിൽക്കാനായില്ല. അയാളുടെ മനസ്സ് വല്ലാതെ വിഷമിച്ച. അത് വീടുകെട്ടുന്നവരുടെ എല്ലാം മഹാദുഃഖമാണെന്ന് അയാൾക്ക് തോന്നി. സേതുമാഷിനെ വിളിച്ച അയാൾ പ്രശ്നങ്ങളെ പറഞ്ഞു. സേതുമാഷ് കോൺട്രാക്ടറോട് സംസാരിക്കാമെന്ന് ഏറ്റ. അയാൾ അപ്പോൾ തന്നെ കോൺട്രാക്ടറോട് സംസാരിക്കുകയും ചെയ്തു. അതുകൊണ്ടൊന്നും വലിയ പ്രയോജനം ഉണ്ടായില്ല.

നിരാശയോടെ സേതുമാഷ് പറഞ്ഞു:

'അവർക്ക് വീടിന്റെ ഉറപ്പ് പ്രശ്നമല്ല. പണിതീർക്കുകയാണ് അവരുടെ ആവശ്യം. എങ്ങനെയും കാശു വാങ്ങിക്കണം. അത്രതന്നെ. ഇനി മാഷൊന്നും സംസാരിക്കേണ്ട . അവർ പണി തീർക്കട്ടെ.'

      മാംസഭക്ഷകൾ

എന്നാൽ അത്തരമൊരു നിലപാടിനെ സ്വീകരിക്കാൻ സന്ദീപ്മാ ഷിന് കഴിഞ്ഞില്ല. വൈകുന്നേരം വരെ താഴത്തെ നിലയിലെ ജനാല പ്പടിയിൻ തന്നെയാണ് അയാൾ ഇരുന്നത്. ഉച്ചക്ക് ഹോട്ടലിൽ നിന്ന് ഊണ് കഴിച്ചു. സുമയോട് പണിതിരക്കാണെന്നും വൈകീട്ട് വരാമെന്നും വിളിച്ചുപറഞ്ഞു.

പണിക്കാർ പോയപ്പോഴും സന്ദീപ്മാഷ് അവിടെ തന്നെ ഇരുന്നു. പിന്നീട് അയാൾ കുട നിവർത്തി മുകളിലേക്ക് കയറി. മഴനനഞ്ഞ ചുവരുകളെ എല്ലാം തൊട്ടുനോക്കി. പുതുതായി കെട്ടിയ ചുവരുകളിൽ സിമന്റിന്റെ നിറം പോലും ഇല്ല. ചെങ്കല്ലുകളുടെ ഇടകളിൽ വെളുപ്പാണ് തിളങ്ങുന്നത്. സന്ദീപ്മാഷ് വെറുതെ വെള്ളം തെളിച്ചു നോക്കി. അവയെല്ലാം മണലുകളായി ഊർന്നിറങ്ങുകയാണ്.

വീട്ടിൽ പോയി കുളിയും മറ്റും കഴിച്ച സന്ദീപ്മാഷ് കോൺട്രാക്ടറെ കാണാൻ വീണ്ടും ഇറങ്ങി. ബൈക്ക് റോഡോരത്തു നിർത്തിയ അയാൾ ഭാരത് കൺസ്ട്രക്ഷൻ ഓഫീസിലേക്ക് കയറിച്ചെന്നു. പണിക്കാർ എല്ലാം പോയിരിക്കുന്നു. കോൺട്രാക്ടർ മാത്രമാണ് അവിടെയുള്ളത്.

കസേരയിൽ ഇരുന്ന് സന്ദീപ്മാഷ് പറഞ്ഞു:

'ഇങ്ങനെ പണി ചെയ്താൽ മേൽക്കൂര ഇടിഞ്ഞു വീഴും. സിമന്റ് എല്ലാം ഒലിച്ചുപോയി. വെറും മണൽ മാത്രമാണ് ഉള്ളത്. ഇങ്ങനെയാണോ നിങ്ങൾ വീടുപണി ചെയ്യുക ?'

അതിനു മറുപടിയായി കോൺട്രാക്ടർ വിസ്തരിച്ചു ചിരിച്ചു. എന്നിട്ട് പറഞ്ഞു:

'മാഷ് ആദ്യമായി വീടുകെട്ടുകയാണ്. മഴ പെയ്യുമ്പോൾ കെട്ട പണിക ളെല്ലാം വിചാരിച്ചതു പോലെ നടക്കില്ല. ചെറിയ പ്രശ്നങ്ങൾ ഉണ്ടാകും. അതിനെയൊന്നും ഗൗരവമായി കണക്കാക്കേണ്ട. അത് ഞങ്ങൾ തന്നെ പരിഹരിച്ചോളാം.'

'മഴയത്തു വീടുകെട്ടിയാൽ ശരിയാവില്ല. നമുക്ക് പണി നിർത്താം. അതാണ് നല്ലത്.'

'മഴക്കാലത്താണ് വീടുകെട്ടേണ്ടത്. നമുക്ക് ചുവരും മറ്റും നനക്കുക യൊന്നും വേണ്ട. മഴ തട്ടിയാൽ ചുവരിന് ബലം കൂടും.'

'അതിനു ഞാൻ കണ്ടു. മുകളിലെ രണ്ടു ചുവരും വീഴും. മണലാണല്ലോ കൂടുതൽ ?'

അതിന് കോൺട്രാക്ടർ മറുപടിയൊന്നും പറഞ്ഞില്ല. അയാൾ എണീറ്റ് മുറിയിൽ വെറുതെ നടന്നു. പിന്നീട് സന്ദീപ്മാഷിനെ സമീപിച്ചു പറഞ്ഞു:

'കല്ലും സിമന്റുമൊന്നും വെറുതെ ഇടാൻ പറ്റില്ല. മണൽ പോലും മോഷണം പോകുന്ന കാലമാണ്. ഇതിനെയൊന്നും മറ്റൊരു ഭാഗ ത്തേക്ക് കൊണ്ടുപോകാൻ പറ്റില്ല. ഏതായാലും പണി നടക്കട്ടെ. കെട്ടിന് ഒരു കുഴപ്പവും വരില്ല. പണിക്കാരെ വെറുതെ ഇരുത്തി കൂലി കൊടുക്കാനാവില്ല.'

അപ്പോൾ സന്ദീപ്മാഷ് ക്ഷോഭിച്ചു പറഞ്ഞു:

'ആ രണ്ട് ചുവരുകളും വാർപ്പിനെ താങ്ങില്ല. അതിനെ ആദ്യം പിരിച്ചു കെട്ടണം. അതാണു വേണ്ടത്.'

അതിന് അയാൾ ഉച്ചത്തിൽ പൊട്ടിച്ചിരിക്കുകയാണ് ചെയ്തത്. സന്ദീപ് മാഷ് കൂടുതൽ ഒന്നും പറയാതെ വീട്ടിലേക്ക് മടങ്ങി.

പിറ്റേന്ന് ഉച്ചയോടെയാണ് സന്ദീപ്മാഷ് പണിസ്ഥലത്ത് എത്തു ന്നത്. അപ്പോൾ ധൃതിപ്പെട്ട് പണി നടക്കുകയാണ്. നല്ലമഴ പെയ്തു കഴിഞ്ഞിരിക്കുന്നു. ചെറിയ ചാറ്റലുമുണ്ട്. പുതിയ ചുവരുകളിൽ സിമന്റ് കാണുന്നില്ല. കലവയിൽ മുഴുക്കെ മണലിന്റെ വെളുപ്പാണ്.

മനഃപ്രയാസത്തോടെ സന്ദീപ്മാഷ് സേതുമാഷിന്റെ വീട്ടിലേക്കാണ് പോയത്. ചാരുകസേരയിൽ കിടക്കുന്ന സേതുമാഷിന്റെ അടുത്തുതന്നെ അയാൾ ഇരുന്നു.

'അവർ മണലിൽ വീട്ടുകെട്ടുകയാണ്. ഞാൻ പണി നിർത്താൻ പറഞ്ഞതാണ്. ഓണത്തിനു ശേഷം പണി തുടരാമെന്നു പറഞ്ഞു. അവർ അതു കേൾക്കാതെ പണി തുടരുകയാണ്.'

'ഇനി എന്തു ചെയ്യാൻ ?'

'അതാണ് ഞാനും ആലോചിക്കുന്നത്. ഇങ്ങനെ പണി തുടരാൻ പറ്റില്ല. സിമന്റിനു പകരം മണലുകൊണ്ടാണ് അവർ വീട്ടുകെട്ടുന്നത്. മഴയിൽ സിമന്റ് പാല് ഒലിച്ചു പോകുകയാണ്.'

എന്തു ചെയ്യണം എന്നറിയാതെ സേതുമാഷും വിഷമിക്കുകയാണ്.

എന്നാൽ അവസരം കിട്ടിയപ്പോൾ സന്ദീപ്മാഷ് പണി നിർത്തുക തന്നെ ചെയ്തു. മരപ്പണിക്കും ലിന്റൽ വാർപ്പിനും കോൺട്രാക്ടർ നിർബ ന്ധിച്ചെങ്കിലും അയാൾ പണം കൊടുത്തില്ല. പലതവണ കോൺട്രാ ക്ടർ സന്ദീപ്മാഷിനെ തിരഞ്ഞ് വീട്ടിലെത്തി. മാഷ് ചുവരുകൾ മാറ്റി കെട്ടണം എന്ന തന്റെ തീരുമാനത്തിൽ ഉറച്ചുനിന്നു. അല്ലാതെ പണി തുടരാൻ പറ്റില്ല. വീട് ഇടിഞ്ഞു വീഴുമെന്ന പേടി കൂടാതെ ഉറങ്ങണമെ ന്നും അയാൾ പറഞ്ഞു.

ദേഷ്യത്തോടെയാണ് കോൺട്രാക്ടർ ഇറങ്ങിപ്പോയത്. സേതുമാഷി നോട് അയാൾ പരാതിപ്പെട്ടുകയും ചെയ്തു. സേതുമാഷും സന്ദീപ്മാഷിന്റെ

പക്ഷത്താണ് നിന്നത്.

സന്ദീപ്മാഷിന്റെ ആശങ്കയെ പരമാവധി കുറയ്ക്കാൻ സുമ ശ്രമിച്ചു. എങ്കിലും ഒരു കോൺട്രാക്ടർ ഇല്ലാതെ എങ്ങനെ പണി തുടരുമെന്ന ചിന്തയാണ് അവളെ വിഷമിപ്പിച്ചത്. എന്നാൽ എന്തും നേരിടാൻ സന്ദീപ്മാഷ് ഗതികെട്ട് തയ്യാറായി

കോൺട്രാക്ടർ വീണ്ടും വന്നപ്പോൾ സന്ദീപ് മാഷ് അവസാനം പറഞ്ഞു:.

'ബാങ്കിൽ നിന്നു കിട്ടിയ പണമെല്ലാം കഴിഞ്ഞു. ഇനി പണം ഉണ്ടായിട്ട് വേണം പണി തുടരാൻ. അതുവരെ അങ്ങനെ കിടക്കട്ടെ. അല്ലെങ്കിൽ നിങ്ങൾ പണം ഇറക്കി പണി ചെയ്താൽ മതി. പിന്നീട് ഞാൻ പണം തരാം.'

സാധാരണക്കാരനായ കോൺട്രാക്ടർക്ക് അത് ചെയ്യാൻ കഴിയില്ലെന്ന് സന്ദീപ്മാഷിന് അറിയാം. കോൺട്രാക്ടർ ഒന്നും പറയാതെ മടങ്ങിപ്പോകുന്നതിനെ നോക്കി സന്ദീപ്മാഷ് പുഞ്ചിരിച്ചു. എങ്കിലും അയാളുടെ മുമ്പിൽ പ്രശ്നങ്ങൾ കൂടിക്കൂടി വരികയാണ്.

<h1 style="text-align:center">അഞ്ച്</h1>

അറിയെറിഞ്ഞാൽ ആയിരം കാക്ക എന്ന പഴയ നിലപാട്ടു മായാണ് ഇപ്പോൾ സന്ദീപ്മാഷ് മുമ്പോട്ട് പോകുന്നത്. സന്ദീപ്മാഷിനെ എല്ലാവിധത്തിലും സേതുമാഷ് സഹായിച്ചു. അയാൾ കോൺട്രാക്ടറുടെയും സന്ദീപ്മാഷിന്റെയും ഇടനിലക്കാരനായി പലതവണ സംസാരിച്ചു. കോൺട്രാക്ടർ യാതൊരു വിട്ടുവീഴ്ചയും ചെയ്യാൻ തയ്യാറായില്ല. ലിന്റൽ വാർപ്പ് കഴിഞ്ഞാൽ ചുവരിന് ബലം കൂട്ടുമെന്ന് അയാൾ ഉറപ്പിച്ചുപറഞ്ഞു. എന്നാൽ അത്തരമൊരു നിലപാടിനെ സ്വീകരിക്കാൻ സന്ദീപ്മാഷിനും സേതുമാഷിനും കഴി ഞ്ഞില്ല.

സന്ദീപ്മാഷും സേതുമാഷും ചേർന്ന് ഒരു എഞ്ചിനീയറെ മുകൾനി ലയിലെ ചുവരുകൾ പരിശോധിക്കാൻ ഏർപ്പാട്ടുചെയ്തു. സിമന്റ് ഒഴുകിപ്പോയ ചുവരുകളെ കണ്ട് അയാൾ അമ്പരന്നു. അത് ഒരിക്കലും മേൽക്കൂര വാർപ്പിനെ താങ്ങില്ലെന്ന് അയാൾ ഉറപ്പിച്ചുപറഞ്ഞു. എപ്പോഴും അപകടം സംഭവിക്കാവുന്നതാണ്. രണ്ടു ചുവരുകളെ പൊളി ച്ചുകെട്ടാനാണ് എഞ്ചിനീയർ ആവശ്യപ്പെട്ടത്. ചുവരുകളുടെ ബലക്ഷയം തെളിയിക്കാനായി അയാൾ ഇടയിൽനിന്ന് ഒരു ചെങ്കല്ല് എടുക്കുകയും ചെയ്തു.

ഇത്തമൊരു അനുഭവത്തോടെയാണ് പിന്നീട് സന്ദീപ്മാഷ് കാര്യ ങ്ങളെ താൻ തന്നെ നേരിട്ട നടത്താൻ തീരുമാനിച്ചത്. അയാളുടെ വാശി സേതുമാഷിലേക്കും പകർന്നു കിട്ടി. അതോടെ സന്ദീപ്മാഷിന്റെ തീരുമാനങ്ങൾക്ക് പിന്നിൽ ഉറച്ചുനിൽക്കാൻ സേതുമാഷും തയ്യാറായി.

രണ്ടോ മൂന്നോ തവണ കോൺട്രാക്ടർ സന്ദീപ്മാഷിനെ കാണാൻ വീട്ടിലെത്തി. തന്റെ കയ്യിൽ പണമില്ലെന്ന് മാഷ് ഉറപ്പിച്ചുപറഞ്ഞു. അതോടെ കോൺട്രാക്ടറിന്റെ നില പരുങ്ങലിലായി. ഇതുവരെയുള്ള കണക്കുകൾ തന്നാൽ ഇടപാടുകളെ ഉടനടി അവസാനിപ്പിക്കാമെന്നും സന്ദീപ്മാഷ് പറഞ്ഞു.

എന്നാൽ കോൺട്രാക്ടർ കണക്കുകളെ നല്ലാതെ തടിയൂരുകയാണ്. ഓഫീസിന് അടുത്ത തന്നെയുള്ള പണി ഒഴിവാക്കാൻ അയാൾ തയ്യാ റായില്ല. അത് അയാളുടെ തൊഴിലിന് ഇടിവാണ് ഉണ്ടാക്കുക.

 മാംസഭക്ഷകൾ

വീണ്ടും പ്രശ്നം അവസാനിപ്പിക്കാൻ വേണ്ടി സേതുമാഷ് കോണ്ട്രാ ക്ടറെ കണ്ടു. അപ്പോഴും അയാൾ കടുംപിടുത്തത്തിൽ ഉറച്ചുനിന്നു. ഇപ്പോൾ അയാളുടെ സ്വരം മാറിയിരിക്കുന്നു. പണി തുടരാൻ വേണ്ടി അയാൾ അപേക്ഷിക്കുകയാണ്. എന്നാലും ചുവരുകൾ മാറ്റിപ്പണിയാൻ അയാൾ തയ്യാറല്ല.

സേതുമാഷിനും കോണ്ട്രാക്ടറെ ഒഴിവാക്കണമെന്ന തീരുമാനമാണ്. മനഃപൊരുത്തം ഇല്ലാതായാൽ വെട്ടിമാറ്റുക തന്നെ വേണമെന്ന് സേതുമാഷ് പറഞ്ഞു. വിമ്മിഷ്ടത്തോടെ ബന്ധങ്ങൾ തുടരുന്നത് ശരിയല്ല. അത് അനാവശ്യമായ പ്രശ്നങ്ങളെ ഉണ്ടാക്കും.

സന്ദീപ്മാഷിനെ കോണ്ട്രാക്ടർ പലതവണ വീണ്ടും വിളിക്കുന്നുണ്ട്. പക്ഷേ അയാൾ തന്റെ തീരുമാനത്തിൽ തന്നെ ഉറച്ചുനിന്നു. തന്റെ കയ്യിൽ പണമില്ലെന്ന് സന്ദീപ്മാഷ് വീണ്ടും അയാളോട് പറഞ്ഞു.

പോലീസിൽ പരാതി കൊടുത്താൽ പ്രശ്നം ഉടനടി അവസാനി ക്കുമെന്ന് പലരും സന്ദീപ്മാഷിനോടു പറഞ്ഞു. അതിനെ അയാൾ ചെവിക്കൊണ്ടില്ല.

വീണ്ടും സന്ദീപ്മാഷും സേതുമാഷും കൂടി കോണ്ട്രാക്ടറെ കണ്ടു. ഇതു വരെയുള്ള കണക്കുകളാണ് അവർ ആവശ്യപ്പെട്ടത്. അതു കിട്ടിയാൽ ലാഭനഷ്ടങ്ങൾ കണക്കാക്കാതെ അവർക്ക് പ്രശ്നങ്ങളെ അവസാനി പ്പിക്കാൻ കഴിയും. എന്നാൽ കോണ്ട്രാക്ടർ കണക്കുകൾ നൽകാൻ തയ്യാറായില്ല. തന്ന പണവും തന്റെ കയ്യിലുള്ളതും ചേർത്താണ് ഇതുവരെ പണി ചെയ്തത് എന്ന് അയാൾ പറഞ്ഞു. എന്നാൽ അതിനൊന്നും അയാൾക്ക് കൃത്യമായ രേഖകളില്ല.

കോണ്ട്രാക്ടർ ഏതു വഴിക്കും കീഴടങ്ങാൻ തയ്യാറായില്ല. സന്ദീപ്മാ ഷും അങ്ങനെ തന്നെയാണ്.

ഇപ്പോൾ വീട്പണി ഇടയ്ക്കു വെച്ച് നിർത്തിയിട്ട് മാസങ്ങൾ കഴിഞ്ഞി രിക്കുന്നു. ഒരു വേനൽക്കാലം കടന്നുപോയിരിക്കുന്നു. വൈകുന്തോറും സന്ദീപ്മാഷിനാണ് വേവലാതി കൂടുന്നത്. കണക്കുകളിൽ ഒതുങ്ങാതെ സാധനങ്ങൾക്ക് വില കൂടിക്കൊണ്ടിരിക്കുകയാണ്. അതുപോലെ തന്നെയാണ് പണിക്കൂലിയും. എത്രയും വേഗം പണികഴിക്കാൻ കഴിയുമോ അതാണ് നല്ലത്.

വീടിന്റെ കാൽഭാഗം പോലും പണി തീർന്നിട്ടില്ല. ഇനി നിലം കോണ്ക്രീറ്റ് ചെയ്യണം. മുകൾ വാർക്കണം. അടുക്കള ശരിപ്പെട്ട ത്തണം. ചുവരുകൾ തേയ്ച്ചതിന് ശേഷമാണ് പെയിന്റ് ചെയ്യേണ്ടത്. വേണ്ടുവോളം ആശാരി പണിയുണ്ട്. അതിന് എല്ലാംകൂടി അനേകം

മാസങ്ങൾ വേണ്ടിവരും.

വീടിന്റെ പണി ഇടയ്ക്കവെച്ച് നിന്നെങ്കിലും സന്ദീപ്മാഷ് മിക്കദിവസങ്ങ
ളിലും പണിസ്ഥലത്ത് എത്തും. ഒന്നും ചെയ്യാതെ വെറുതെ ഇരിക്കാൻ
അയാൾക്ക കഴിയില്ല. തൊടി ചെത്തിക്കോരി അയാൾ വൃത്തിയാക്കും.
ഇപ്പോൾ തൊടിയിൽ ഒരു മരവും രണ്ടു തെങ്ങുകളുമാണുള്ളത്. ഒരു
നാടൻമാവും വളരുന്നുണ്ട്. കുറേ കൂടി ഫലവൃക്ഷങ്ങളും വെയ്ക്കണം. ഒരു
പൂന്തോട്ടവും അത്യാവശ്യമാണ്. അതിനിടക്കാണ് തടസ്സങ്ങൾ വന്നി
രിക്കുന്നത്.

പ്രശ്നങ്ങളെ അവസാനിപ്പിക്കാൻ ഉറച്ച സന്ദീപ്മാഷ് ഒരു
വക്കീലിനെ കാണാൻ തീരുമാനിച്ചു. അതാണ് നല്ലതെന്ന് സേതുമാഷും
പറഞ്ഞു.

കോളേജിലെ സഹപാഠിയായ സുഗുണനെയാണ് തന്റെ വക്കീലായി
സന്ദീപ്മാഷ് തെരഞ്ഞെടുക്കുന്നത്. ഒരു ഒഴിവുദിവസം അയാൾ
വക്കീലിനെ വീട്ടിൽ പോയി കണ്ടു.

അമിതമായ സന്തോഷത്തോടെയാണ് സുഗുണൻ സന്ദീപ്മാഷിനെ
സ്വീകരിക്കുന്നത്. ചായ കുടിച്ചതിനുശേഷം അവർ കാര്യത്തിലേക്ക
കടന്നു. സംഭവങ്ങളെ വിസ്തരിച്ച കേട്ട സുഗുണൻ വക്കീൽ പറഞ്ഞു:

'കോടതിയിൽ രേഖകളാണ് ആവശ്യം. താൻ പണം കൊടുത്തതിന്
എന്തെങ്കിലും തെളിവുകൾ ഉണ്ടോ ?'

അപ്പോഴാണ് സന്ദീപ്മാഷ് ഡയറി എടുക്കുന്നത്. ഡയറി വായി
ച്ചനോക്കിയ സുഗുണൻവക്കീൽ ഡയറിയിലെ കൈയ്യക്ഷരം ആരുടേ
താണെന്നാണ് ആദ്യം അന്വേഷിച്ചത്. അത് സന്ദീപ്മാഷിന്റെതാണ്
എന്നറിഞ്ഞപ്പോൾ അയാൾ സന്തോഷത്തോടെ കാര്യങ്ങളിലേക്ക്
കടന്നു.

സുഗുണൻവക്കീൽ പറഞ്ഞു:

'ഇനി നീ വെറുതെ വീട്ടിലിരുന്നാൽ മതി. അയാൾ നിന്നെ തെരഞ്ഞു
വരും. ഒരു പൈസയും നീ ഇനി അയാൾക്ക് കൊടുക്കരുത്. അതിനുള്ള
വഴി എനിക്കറിയാം. ഡയറിയുടെ ഓരോ പേജിന്റെയും അടിയിലാണ്
അയാൾ ഒപ്പിട്ടിരിക്കുന്നത്. ഇടയ്ക്ക് ധാരാളം സ്ഥലമുണ്ട്. ഞാൻ പറയു
ന്നതു പോലെ നീ എഴുതിയാൽ മതി. അയാൾക്ക് നിന്റെ മുമ്പിൽ
കീഴടങ്ങേണ്ടിവരും.'

എന്നാൽ പണം കൊടുത്ത് പ്രശ്നങ്ങളെ തീർക്കാനാണ് സന്ദീ
പ്മാഷ് ഇഷ്ടപ്പെട്ടത്. ആരെയും വഞ്ചിക്കാൻ അയാൾക്ക് കഴിയില്ല.
ജീവിതത്തിൽ എപ്പോഴും നിരുപദ്രവിയായി ജീവിക്കാനാണ്

 മാംസഭുക്കുകൾ

സന്ദീപ്മാഷ് ആഗ്രഹിച്ചത്. അതിന്റെ സ്വസ്ഥതയെക്കുറിച്ച് അയാൾക്ക് പൂർണ്ണബോദ്ധ്യവുമുണ്ട്.

സുഗുണൻവക്കീലിന്റെ മുമ്പിൽ നിന്ന് വിഷമത്തോടെയാണ് സന്ദീ പ്മാഷ് മടങ്ങുന്നത്. ഇപ്പോഴും പ്രശ്നപരിഹാരങ്ങളില്ലാതെ കാര്യങ്ങൾ നീങ്ങുകയാണ്. വീട്ടുപണി പാതിപോലും ആയിട്ടില്ല. പലരും അയാളെ അവഹേളിക്കാൻ വേണ്ടി ചോദ്യങ്ങൾ നിരന്തരം ചോദിച്ചുകൊണ്ടിരി ക്കുന്നു.

എന്നാൽ സുമ എപ്പോഴും സന്ദീപ്മാഷിനെ സമാധാനിപ്പിച്ചു. ഇതിന പ്പുറം പലതും നടക്കുന്നുണ്ടെന്ന് അവൾ പറഞ്ഞു. കൂടാതെ പണമൊന്നും നഷ്ടപ്പെട്ടിട്ടില്ല എന്ന ആശ്വാസവും അവൾക്കുണ്ട്.

പണിസ്ഥലത്ത് ചുവരുകളെ പരിശോധിച്ചുകൊണ്ടിരുന്ന സന്ദീപ് മാഷിന്റെ മുമ്പിലേക്ക് ഭരത്ചന്ദ്രൻ കടന്നുവന്നു. ഒരു മുഖവുരയും കൂടാതെ അയാൾ പറഞ്ഞു:

'നമ്മൾ സത്യസന്ധർ ആയതു കൊണ്ടു മാത്രം കാര്യമില്ല. മറ്റുള്ളവ രും അങ്ങനെ ആകണം. അതൊരിക്കലും സംഭവിക്കുന്ന കാര്യമല്ല. പ്രശ്നങ്ങളെ ഞാൻ കൈകാര്യം ചെയ്തോളാം. പാർട്ടിയിൽ എനിക്ക് ഇപ്പോഴും ചില ബന്ധങ്ങളൊക്കെയുണ്ട്.'

ഭരത്ചന്ദ്രൻ നേരിട്ടല്ല സന്ദീപ്മാഷിന്റെ പ്രശ്നങ്ങളെ കൈകാര്യം ചെയ്യുന്നത്. ലോക്കൽ സെക്രട്ടറി വിളിച്ചപ്പോൾ കോൺട്രാക്ടരുടെ കടുംപിടുത്തങ്ങൾ അയഞ്ഞു. മുമ്പൊരിക്കൽ ചുമട്ടുതൊഴിലാളികൾ മറ്റൊരു പ്രശ്നം കൈകാര്യം ചെയ്തതിനെ അയാൾക്ക് ഓർമ്മയുണ്ട്. അന്ന് അയാൾക്ക് കുറേ കമ്പിയും സിമന്റും നഷ്ടമായി.

പിന്നീട് കോൺട്രാക്ടറാണ് സന്ദീപ്മാഷിനെ സമീപിക്കുന്നത്. അയാൾ കണക്കുകൾ നല്ലകയും ചെയ്തു. സന്ദീപ്മാഷിന് വലുതായി ഒരു സംഖ്യയും നഷ്ടപ്പെട്ടില്ല.

കോൺട്രാക്ടർ മനസ്താപത്തോടെയാണ് സന്ദീപ്മാഷിന്റെ വീട്ടി ൽനിന്ന് ഇറങ്ങിപ്പോയത്. ഓഫീസിനടുത്തുള്ള വീട്പണിയാണ് നഷ്ടപ്പെട്ടിരിക്കുന്നത്. കോൺട്രാക്ടർ എന്ന നിലയിൽ അയാൾക്ക് വലിയ പേരുദോഷമാണ് ഉണ്ടാക്കുക. എങ്കിലും ചുവർ പൊളിച്ചുകെട്ടാൽ അയാൾ തയ്യാറായില്ല.

പ്രശ്നങ്ങൾ അവസാനിച്ചപ്പോൾ സന്ദീപ്മാഷ് കുറേ ദിവസം സമാ ധാനത്തോടെ വീട്ടിൽ തന്നെ ഇരുന്നു. എങ്കിലും അയാൾ പലദിവസ ങ്ങളിലും വൈകുന്നേരങ്ങളിൽ പണിസ്ഥലത്ത് പോയി മടങ്ങി.

ഒരു ഞായറാഴ്ചയാണ് ഗൗരി അപരിചിതനായ ഒരാളുമായി

സന്ദീപ്മാഷിന്റെ വാടക വീട്ടിലേക്ക് വരുന്നത്. ആദ്യകാലങ്ങളിൽ സന്ദീപ് മാഷിന്റെ വീട്ടിൽ അവൾ അടിച്ചുതെളിപണി ചെയ്തിരുന്നു. മറ്റ പല വീടുകളിലും അതേ പണി തന്നെയാണ് അവൾ ചെയ്തത്. ഇപ്പോൾ അവൾ വീട്ടപണിക്ക് പകരം വീട്ടുകെട്ടുന്ന പണിയുമായി നടപ്പാണ്.

പത്രം വായിച്ചുകൊണ്ടിരുന്ന സന്ദീപ്മാഷ് മുഖമുയർത്തിയപ്പോൾ ഗൗരി പറഞ്ഞു:

'ഇത് മേസ്ത്രി കൃഷ്ണൻകുട്ടിയാണ്. ഞാൻ ഇയാളുടെ കൂടെയാണ് പണിയെടുക്കുന്നത്. മാഷിന്റെ വീട്ടപണി മുടങ്ങിക്കിടക്കകയാണെന്ന് അറിയാം. ഇപ്പോൾ പ്രശ്നങ്ങൾ എല്ലാം തീർന്നുവെന്നും കേട്ടു. അതറി ഞ്ഞുവന്നതാണ്. ഞങ്ങൾ ബാക്കി പണി ചെയ്തുതരാം.'

കൃഷ്ണൻകുട്ടി അതീവ ബഹുമാനത്തോടെ ഓച്ഛാനിച്ച നിൽക്കുകയാണ്. അയാൾ പ്രത്യേകിച്ച യാതൊന്നും പറയുന്നില്ല. സന്ദീപ് മാഷ് പെട്ടെന്ന് ഒരുത്തരം പറയാൻ തയ്യാറായില്ല. അയാൾ അവരോട് രണ്ടുദിവസം കഴിഞ്ഞു വരാൻ ആവശ്യപ്പെട്ടു.

ഗൗരി ഉടനടി മടങ്ങിപ്പോകുകയല്ല ചെയ്തത്. അവൾ സുമയെ കാണാൻ അകത്തേക്ക കയറി. പിന്നീട് കുറേനേരം കഴിഞ്ഞാണ് അവൾ മടങ്ങിപ്പോകുന്നത്.

സുമയും അവരെ പണിക്ക വിളിക്കാനാണ് പറഞ്ഞത്. എന്നാൽ സന്ദീ പ്മാഷ് മുൻ അനുഭവങ്ങളിൽ ഊന്നിയാണ് ചിന്തിച്ചത്. അതുകൊണ്ട് അയാൾ ആർക്കും ഒരു മറുപടി നൽകുന്നില്ല

സേതുമാഷുമായി ആലോചിച്ചപ്പോൾ കൃഷ്ണൻകുട്ടി പണിചെയ്തിട്ടുള്ള ഏതെങ്കിലും വീടിനെ കാണാനാണ് പറഞ്ഞത്. അവർ രണ്ടുപേരും ചേർന്ന് അത്തരമൊരു വീട് കാണുകയുണ്ടായി.

കൃഷ്ണൻകുട്ടിടെയും കൂട്ടരുടെയും വീട്ടപണിയിൽ സന്ദീപ്മാഷിനും സേതുമാഷിനും പറയത്തക്ക ദോഷങ്ങളൊന്നും കണ്ടെത്താനായില്ല. പകരം മികവാണ് അവർക്ക് തോന്നിയത്. എന്നാൽ എങ്ങനെ പണി ഇടങ്ങണം എന്നതാണ് സന്ദീപ്മാഷിനെ വിഷമിപ്പിച്ചത്. അതിനൊരു പരിഹാരം സേതു മാഷ് തന്നെ കണ്ടെത്തി.

ചുവരുകൾക്കും മറ്റം ദിവസക്കൂലിയാണ് നൽകേണ്ടത്. തേപ്പിന് അടി ക്കണക്കിന് കൂലി നിശ്ചയിക്കാം. എന്നാൽ അതൊന്നും പ്രായോഗിക മല്ലെന്നും സേതുമാഷ് സൂചിപ്പിച്ച. അതിനെ മറികടക്കാനുള്ള വഴികൾ എല്ലാ പണിക്കാർക്കും അറിയാമെന്നും അയാൾ പറഞ്ഞു. പണികിട്ടാൻ വേണ്ടി വളഞ്ഞു കുനിയുക അവരുടെ സ്വഭാവമാണെന്നും അയാൾ കൂട്ടിച്ചേർത്തു. അതിനെ അവരുടെ രീതിയായി കണ്ടാൽ മതിയെന്നും

 മാംസപ്പൂക്കൾ

സേതുമാഷ് തുടർന്നു.

പിറ്റേന്ന് കൃഷ്ണൻകുട്ടിയും സന്ദീപ്മാഷും വീടുപണിയുന്ന സ്ഥലത്തെ ത്തി. മുകൾനിലയിലെ രണ്ടു ചുവരുകളെ കൃഷ്ണൻകുട്ടി വിശദമായി പരി ശോധിച്ചു. അവയെ അവർ വീണ്ടും പണിയാൻ തീരുമാനിച്ചു. ലിന്റൽ പണി മേൽക്കൂര വാർക്കുന്നവരെ കൊണ്ട് ചെയ്യിക്കാമെന്നും കൃഷ്ണൻകുട്ടി ഉറപ്പിച്ചു. അതെല്ലാം കരാർ കൊടുക്കേണ്ടതാണ്. നിലം കോൺക്രീറ്റ ചെയ്യാൻ അവർ ദിവസക്കൂലിയും നിശ്ചയിച്ചു.

തിങ്കളാഴ്ച നല്ല ദിവസം നോക്കി കൃഷ്ണൻകുട്ടി പണി ആരംഭിച്ചു. സഹായികളായി രണ്ട് ആണങ്ങളുമുണ്ട്. പെണ്ണങ്ങൾ ഗൗരിയടക്കം നാലുപേരാണ്.

അവർ ബലക്കുറവുള്ള രണ്ടു ചുവരുകളെയും പൊളിച്ചുമാറ്റി തുടങ്ങി. ചെങ്കല്ലുകൾ യാതൊന്നും നഷ്ടപ്പെട്ടില്ല. കലവകളെ പെണ്ണങ്ങൾ മറ്റൊരു മുറിയിൽ കൂട്ടിവെയ്ക്കുകയും ചെയ്തു.

ഒരാഴ്ചത്തേയ്ക്കുള്ള ചലിച്ചമണൽ മാത്രമാണ് മുറ്റത്തുള്ളത്. ഉടനടി മണൽ എത്തിക്കേണ്ടിയിരുന്നു. പുഴമണലാണ് കലവയ്ക്ക് ഏറ്റവും നല്ലത്. സന്ദീപ്മാഷ് നിർബ്ബന്ധം പിടിച്ചതുകൊണ്ടാണ് കോൺട്രാക്ടർ പുഴമണൽ തന്നെ ഉപയോഗിച്ചത്.

ഉച്ചയ്ക്ക് മുമ്പായി കൃഷ്ണൻകുട്ടിയും കൂട്ടരും പഴയ രണ്ടു ചുവരുകളെയും പൊളിച്ചുമാറ്റി. ചായ കുടിച്ച വന്നതിനശേഷം പെണ്ണങ്ങൾ കലവ കലക്കി തുടങ്ങി. വളരെ വേഗത്തിലാണ് പണി നടക്കുന്നത്.

വൈകുന്നേരത്തോടെ കൃഷ്ണൻകുട്ടിയും കൂട്ടരും ഒരു ചുവർ പുതുതായി പണിതു. മറ്റൊരു ചുവരിനുള്ള പണി തുടങ്ങി വെയ്ക്കുകയും ചെയ്തു.

അവർക്ക് കൂലികൊടുത്തു കഴിഞ്ഞതോടെ ഒരു ചെറുപ്പക്കാരൻ മുറ്റ ത്തെത്തി. കാളവണ്ടി ക്കാരനാണ്. പുഴയിൽനിന്നാണ് അയാൾ മണൽ എടുക്കുന്നത്. ഇപ്പോൾ സന്ദീപ്മാഷിന്റെ വീടുപണിക്ക് മണൽ ഇറക്കാൻ തയ്യാറായി വന്നിരിക്കുന്നു. കൃഷ്ണൻകുട്ടി ചുവരുകെട്ടുന്ന മണലിനേയും തേയ്പ്പിനുള്ള മണലിനെയും കുറിച്ച് അയാളോട് സംസാരിച്ചു. പിന്നീട് സന്ദീപ്മാഷിനെ കൃഷ്ണൻകുട്ടി സമീപിച്ചു. അവസാനം അവർ വണ്ടി കണക്കിന് മണലിന് വില നിശ്ചയിക്കുകയും ചെയ്തു. രാവിലെ മുതൽ ഉച്ചവരെയാണ് അവർ മണൽ കടത്തുക. അതിനശേഷം കാളകൾക്ക് ഒഴിവായിരിക്കും. പുലർച്ചെയാണ് അവർ മണൽ എടുക്കാനായി പുഴയി ലേക്ക് പോകുക. അത് വെളുപ്പിന് നാലുമണിയോടെ ആരംഭിക്കുന്നു.

ആവശ്യത്തിനുള്ള സിമന്റ് അടുത്ത കടയിൽ നിന്ന് എടുത്തുകൊ ണ്ടിരുന്നു. സന്ദീപ്മാഷും കടക്കാരനും ഇല്യമായി ചുമട്ടുകാർക്ക് പണം

നൽകി. അതോടെ അവർ വലിയ പ്രശ്നങ്ങളൊന്നും ഉണ്ടാക്കിയില്ല. എല്ലാദിവസവും മുടങ്ങാതെയാണ് മണൽ വന്നുകൊണ്ടിരുന്നത്. അതു ചലിച്ച വ്വർത്തിയാക്കാനുള്ള ഏർപ്പാട് കൃഷ്ണൻകുട്ടി ചെയ്ത. അതിനുവേണ്ടി രണ്ട പെണ്ണങ്ങളെ പ്രത്യേകം പണി ഏല്പിച്ചു.

ചുവരുകൾ എല്ലാം കെട്ടിയതിനു ശേഷം അവർ ലിന്റൽ വാർക്കാൻ തയ്യാറായി. പഴയ വാർപ്പുകാരെ കൃഷ്ണൻകുട്ടി ഏർപ്പാടാക്കി. പുറമെയാണ് വാർപ്പ് കലക്കേണ്ടത്. അതും ഒരുവിധം മുമ്പോട്ട് പൊയ്ക്കൊണ്ടിരുന്നു.

ഓരോ പൈസ ചെലവഴിക്കുമ്പോഴും സന്ദീപ്മാഷിന്റെ മനസ്സിൽ വല്ലാത്ത വേവലാതിയാണ്. രണ്ട പെൺമക്കൾ ആണെന്ന കാര്യം അയാൾ എപ്പോഴും ഓർമ്മിച്ചുകൊണ്ടിരുന്നു. അവരെ പഠിപ്പിച്ചാൽ മാത്രം പോര, ഉദോഗസ്ഥകൾ ആക്കണം. സ്വന്തം കാലിൽ നിൽക്കുമ്പോഴാണ് ജീവിതത്തെ ധീരതയോടെ നേരിടാൻ കഴിയുക. പഠിപ്പിനും വിവാഹത്തിനും ധാരാളം പണം വേണം. സന്ദീപ്മാഷിന്റെ ചുരുങ്ങിയ വരുമാനത്തിലാണ് ഇതെല്ലാം നടത്തേണ്ടത്. സുമയുടെയും തന്റെയും വഹകളെ ഒന്നും സ്വീകരിക്കാൻ അയാൾ തയ്യാറായില്ല. അവയെ ഉപേക്ഷിച്ചാണല്ലോ രണ്ടുപേരും പടിയിറങ്ങിയത്.

എങ്കിലും കരുതലോടെയാണ് സന്ദീപ്മാഷ് ജീവിച്ചത്. മക്കളുടെ എല്ലാ ജന്മദിനത്തിലും അയാൾ ഒരു പവൻ സ്വർണ്ണനാണയമാണ് അവർക്ക് നല്കിയത്. സുമ അവയെ സൂക്ഷിച്ചുവെച്ചു. കഴിഞ്ഞ കാല ജീവിതത്തിലേക്ക് തിരിഞ്ഞുനോക്കുമ്പോൾ സന്ദീപ്മാഷിന് വലിയ അസംതൃപ്തിയില്ല. എന്നാൽ അയാൾ പൂർണ്ണമായി തൃപ്തനുമല്ല. കഷ്ടിച്ചും അരിഷ്ടിച്ചുമാണ് അയാളുടെ ജീവിതം മുമ്പോട്ട നീങ്ങുന്നത്. ധൂർത്തനായല്ല പലപ്പോഴും പിശുക്കനായാണ് അയാൾ അറിയപ്പെടുന്നത്. മക്കളുടെ ഭാവിയെക്കുറിച്ചുള്ള ആശങ്കയാണ് അയാളെ എപ്പോഴും വേട്ടയാടുന്നത്.

സന്ദീപ്മാഷിന്റെയും സുമയുടെയും ജാതി മാത്രമല്ല മറ്റ പലതുമാണ് അവരുടെ ബന്ധുക്കളെ അകറ്റിനിർത്തിയത്. അവർ അതിനെ എല്ലാം വകവെയ്ക്കാതെയാണ് വിവാഹിതരായത്. അതിന്റെ പേരിൽ സന്ദീപ്മാഷിനോ സുമയ്ക്കോ തമ്മിൽ പ്രശ്നങ്ങളൊന്നുമില്ല. എന്നാൽ സമൂഹമാണ് അവരെ എപ്പോഴും നോട്ടമിട്ടത്.

വീട്ടുപണിയുടെ കാഴ്ചക്കാരനായി നിൽക്കുമ്പോൾ ഇത്തരം പല ചിന്തകളും സന്ദീപ്മാഷിന്റെ മനസ്സിലേക്ക് കടന്നുവരാറുണ്ട്. എപ്പോഴും ഭീരുവായിരുന്നില്ലെന്നും സത്യസന്ധനായിരുന്നുവെന്നുമുള്ള ആത്മസംതൃപ്തിയാണ് അയാൾക്കുള്ളത്. എവിടെയും വഴങ്ങാതെ ഉറച്ച തീരുമാനങ്ങളാണ് സന്ദീപ്മാഷ് എടുത്തത്. അതിനെയാണ് സുമ ഇഷ്ടപ്പെട്ടത്. സേതുമാഷും അയാളുടെ ആത്മധൈര്യത്തെ അംഗീകരിച്ചു. കാരണം

 മാംസഭക്കുകൾ

പരാജയപ്പെട്ടൊരു പ്രണയത്തിന്റെ ഓർമ്മ സേതുമാഷിന്റെ മനസ്സിൽ ഉള്ളരുകലായി എപ്പോഴും നിലനിന്നിരുന്നു. അപ്പോൾ അയാൾക്ക് ധീരനാകാൻ കഴിഞ്ഞില്ല. മറ്റുള്ളവരുടെ മുമ്പിൽ സേതുമാഷിന് നല്ല വനാകേണ്ടിവന്നു. ജാതിയല്ല മതമാണ് അവരുടെ മുമ്പിൽ പ്രശ്ന മായിരുന്നത്. സേതുമാഷ് മടിച്ചുനിന്നപ്പോൾ ആനിടീച്ചർ എന്തിനും തയ്യാറായതാണ്. അയാളുടെ പിൻമാറ്റത്തെ കണ്ട് അവൾ ജോലി തന്നെ ഉപേക്ഷിച്ചു. ആരോടും പരാതികളില്ലാതെ പുതിയൊരാളെ ഭർത്താവായി സ്വീകരിച്ചു.

താഴത്തെ നിലയിൽ നിന്ന് ആരോ വിളിക്കുന്നത് കേട്ടപ്പോൾ സന്ദീപ് മാഷ് പടികൾ ഇറങ്ങിച്ചെന്നു. വാതിലുകൾക്കും ജനാലകൾക്കും കട്ടില കൾ ഉണ്ടാക്കിയ മൂത്താശാരിയാണ് വന്നിരിക്കുന്നത്. മനംമുഷിച്ചിലോ ടെയാണ് അയാൾ മൂത്താശാരിയുടെ അടുത്തെത്തുന്നത്.

സന്ദീപ്മാഷ് വിവരങ്ങൾ അന്വേഷിക്കുന്നതിന് മുമ്പായി മൂത്താശാരി പറഞ്ഞു:

'ഞങ്ങളാണ്   കട്ടിലകളെല്ലാം ഉണ്ടാക്കിയത്. പണി മുഴുവനും തീർക്കണം എന്നുണ്ട്. അതിന് മാഷ് സമ്മതിക്കണം.'

അതുകേട്ടപ്പോൾ സന്ദീപ്മാഷ് പറഞ്ഞു:

'ഇനി എല്ലാ പണിക്കാരും പുതുതായി മതി എന്നാണ് എന്റെ തീരുമാനം. അതുകൊണ്ട് പഴയ ആരും വേണ്ട. എന്നോട് പണി അന്വേഷിച്ചു വരികയും വേണ്ട.'

സന്ദീപ്മാഷിനെ മെരുക്കി എടുക്കാൻ മൂത്താശാരി പലതവണ ശ്രമിച്ചു. എങ്കിലും അയാൾ വഴങ്ങിയില്ല. പരുഷമായ നേട്ടത്തോടെ യാണ് മൂത്താശാരി മടങ്ങിപ്പോകുന്നത്. ഒരാഴ്ചമുമ്പുതന്നെ സേതുമാഷ് പൊന്മലആശാരിയുമായി മാഷിന്റെ വീട്ടിലെത്തിയിരുന്നു. ആശാരി ക്കൂലി കരാർ കണക്കിനു അവർ നിശ്ചയിക്കുകയും ചെയ്തു. മരഉരുപ്പ ടികളെയും മറ്റ് സാധനങ്ങളെയും സന്ദീപ്മാഷാണ് വാങ്ങേണ്ടത്. അതിനുള്ള കണക്കുകളെ പിറ്റേന്നുതന്നെ പൊന്മലആശാരി സന്ദീ പ്മാഷിനെ ഏൽപ്പിച്ചു.

സന്ദീപ്മാഷ് പഴയ മൂത്താശാരി പോകുന്നതു നോക്കി നിൽക്കുമ്പോ ഴാണ് സേതുമാഷ് ബൈക്കിൽ എത്തിയത്. അവർ മീനാക്ഷിപുരത്തി ലേക്കും കഴൽമന്ദത്തിലേക്കും മരത്തിനു വേണ്ടി യാത്ര പുറപ്പെടാൻ നിശ്ചയിച്ചതാണ്. ഇപ്പോൾ തൽക്കാലം കൃഷ്ണൻകുട്ടിയുടെ പണി കഴി ഞ്ഞിരിക്കുന്നു. ഇനി അയാൾ നിലംപണിയാണ് ചെയ്യേണ്ടത്. വാർപ്പ പണിക്കാർ മരപ്പലകകൾ മുറിച്ചടിച്ചുകൊണ്ടിരിക്കുന്നു. അതിനുവേണ്ട

മരപ്പണിയും നടക്കുകയാണ്. അതുകൊണ്ട് സന്ദീപ്മാഷിന് പണിസ്ഥ ലത്തു നിന്ന് വിട്ടുനിന്നാലും യാതൊരു പ്രശ്നവുമില്ല.

അനാവശ്യമായി രണ്ടു ബൈക്കുകളിൽ പോകേണ്ടെന്നാണ് അവർ തീരുമാനിച്ചത്. മീനാക്ഷിപുരത്തേക്ക് സന്ദീപ്മാഷും സേതുമാഷും ഒന്നിച്ചാണ് പോകുന്നത്. അവിടെ രണ്ടു മരപ്പേട്ടകളിൽ അവർ കയറി യിറങ്ങി. നിരാശയായിരുന്നു അവർക്കുണ്ടായത്. കൃത്യമായ അളവുള്ള മരങ്ങളെ അല്ല അവർ വാങ്ങാൻ ഉദ്ദേശിച്ചത്. മരത്തടികളാണ് മാഷിന വേണ്ടത്. അപ്പോൾ അളവനുസരിച്ച് ജനാലകളും വാതിലുകളും കട്ടിളകളും പലകകളും മുറിച്ചെടുക്കാം. ബാക്കി വരുന്ന മരംകൊണ്ട് മാഷിന് വാതിലുകളുടെയും ജനലകളുടെയും ചട്ടങ്ങൾക്കുള്ള മരം കിട്ടും. അയാൾക്ക് കൂടുതൽ അദ്ധ്വാനിക്കണമെന്ന മാത്രം. അതിന് സന്ദീപ്മാഷ് തയ്യാറായിരുന്നു.

പിന്നീട് അവർ കുഴൽമന്ദത്തേയ്ക്കാണ് പോകുന്നത്. അവിടെയും അവർ നിരാശരായി. അതിനുശേഷമാണ് അവർ പൊക്കുന്നിയിൽ എത്തുന്നത്. മരപ്പേട്ട കടന്നയും അവർക്ക് വലിയ സന്തോഷം തോന്നി. ധാരാളം തേക്കുമരങ്ങളും പ്ലാവുകളുമുണ്ട്. വേപ്പുകളുടെ എണ്ണത്തിനും കുറവില്ല.

ആദ്യമായി സേതുമാഷാണ് മരങ്ങളുടെ വിലയെക്കുറിച്ചെല്ലാം സംസാ രിക്കുന്നത്. മരപ്പേട്ടയുടെ ഉടമസ്ഥൻ ഹമീദ് വളരെ വിനീതനായാണ് പെരുമാറിയത്. മരങ്ങൾ എല്ലാം ഒന്നിച്ചെടുത്താൽ അയാൾ പരമാവധി വിലകുറച്ച നൽകാമെന്നു പറഞ്ഞു.

അങ്ങനെയാണ് പൊക്കുന്നി മരപ്പേട്ടയിൽ നിന്ന് ഉരുപ്പടികൾ വാങ്ങാൻ സന്ദീപ്മാഷ് തീരുമാനിച്ചത്. അയാൾ അവർക്ക് സർബത്ത് നൽകി സൽക്കരിക്കുകയും ചെയ്തു.

സന്ദീപ്മാഷ് മരങ്ങളെ പൊന്മലആശാരിയുടെ കണക്കുപ്ര കാരം പിറ്റേന്ന് മുറിക്കാനായി അടയാളപ്പെടുത്തിവെച്ചു. അവയെ എല്ലാം പണിക്കാർ ഈർച്ചവാളിന്റെ അടുത്ത് എത്തിച്ചു. പിറ്റേന്ന് രാവിലെയാണ് അളവനുസരിച്ച് മരങ്ങളെ ഈർന്നു നൽകുക. അപ്പോൾ അഡ്വാൻസിന് ശേഷമുള്ള ബാക്കി പണം കൂടി നൽകണമെന്നും ഹമീദ് പറഞ്ഞു.

വളരെ അധികം സന്തോഷത്തോടെയാണ് സന്ദീപ്മാഷ് പണിസ്ഥ ലത്തിലേക്ക് തിരിച്ചത്. പണിക്കാരെല്ലാം പോയിരിക്കുന്നു. അവർ മരച്ച വട്ടിലെ സ്ഥലങ്ങളിൽ ഇരുന്നു. വാർപ്പപണിയും മറ്റും കരാർ പണിയാണ്. ഇനി നിലം കോൺക്രീറ്റ ചെയ്യണം. ഇനി ശ്രദ്ധിക്കേണ്ടത് ചുവര

 മാംസഭക്ഷകൾ

തേയ്ക്കാൻ വിട്ടുമ്പോഴാണ്. അതിന് കൃഷ്ണൻകുട്ടിക്കും കൂട്ടർക്കും അടിക്ക ണക്കാണ്. എങ്കിലും ദിവസക്കൂലിയാണ് നൽകേണ്ടത്. അവസാനം എല്ലാം കൂട്ടിക്കിഴിക്കുന്നതാണ്.

വല്യതായി എന്തോ ചെയ്യതീർത്ത ആശ്വാസത്തോടെ സന്ദീപ്മാഷ് നിശ്വസിച്ചു. അയാൾക്ക് സേതുമാഷിനോട് വല്ലാത്ത കടപ്പാട് തോന്നി. സന്ദീപ്മാഷിന്റെ മുഖഭാവങ്ങളെ മനസ്സിലാക്കിയ സേതുമാഷ് പതുക്കെ പുഞ്ചിരിച്ചു.

ആറ്

പിറ്റേന്ന് രാവിലെ എട്ടമണിയോടെ സന്ദീപ്മാഷ് പൊക്കുന്നി ഈരൂർച്ച മില്ലിൽ എത്തി. പണിക്കാർ വന്നുതുടങ്ങുന്നതേയുള്ളൂ. മാഷിനെ കണ്ട് ഹമീദ് വിസ്തരിച്ച് ചിരിച്ചു. മുറിയിൽ ഇരിക്കാൻ ക്ഷണി ച്ചെങ്കിലും സന്ദീപ്മാഷ് താൻ കണ്ടുവെച്ച മരങ്ങളെ എല്ലാം വീണ്ടും പരിശോധിച്ചു. കേടുപാടുകൾ ഇല്ലെന്ന് അയാൾ ഉറപ്പുവരുത്തി. എന്നിട്ട് മുഴുവൻ പണവും കൊടുത്തു. മരങ്ങളെ അളവ് പാകത്തിൽ മുറിയ്ക്കാൻ ഏർപ്പാടുചെയ്തു.

പണിക്കാർ ആശാരിയുടെ കണക്കനുസരിച്ച് മരം ഈർന്നു തുടങ്ങി. അപ്പോഴാണ് സേതുമാഷ് വരുന്നത്. വന്നപാടെ അയാൾ പറഞ്ഞു:

'ഞാനും കുറച്ച ദിവസം ലീവ് എടുത്തു. മാഷിന് ഒരു കൂട്ടായല്ലോ എന്ന് കരുതി. ഒറ്റയ്ക്കാവുമ്പോൾ മനസ്സിനൊരു സുഖം ഉണ്ടാവില്ല. ആരെങ്കിലും എന്തിനും കൂട്ടുവേണം.'

സേതുമാഷിന്റെ മനസ്സറിഞ്ഞ് സന്ദീപ്മാഷ് പുഞ്ചിരിച്ചു. അയാളുടെ ഉള്ളം കണ്ണും ഒരുപോലെ നിറഞ്ഞു. ജീവിതത്തിൽ ഭാര്യയിൽ നിന്ന ല്ലാതെ സാന്ത്വനത്തെയും ആശ്വാസത്തെയും വാക്കുകളിൽ പോലും അയാൾ മറ്റൊരാളിൽ നിന്ന് അറിഞ്ഞിട്ടില്ല. തന്റെ ജീവിതത്തിലേക്ക് സേതുമാഷ് കടന്നുവന്നപ്പോഴാണ് അയാൾ മനഃസമാധാനത്തെ അനുഭവിക്കുന്നത്.

രണ്ട് വീട്ടുകാരുമായി ബന്ധമില്ലാത്ത സന്ദീപ്മാഷിന് സുമയുടെ പ്രസവം വല്ലാത്തൊരു പ്രതിസന്ധിയായിരുന്നു. അതിനെ സേതുമാ ഷിന്റെ സഹായം കൊണ്ടാണ് അയാൾ നേരിട്ടത്. സേതുമാഷും ഭാര്യ യുമാണ് സുമയുടെ സഹായത്തിന് ആശുപത്രിയിൽ ഉണ്ടായിരുന്നത്. അയാൾ എപ്പോഴും സന്ദീപ്മാഷിനെ ചേർത്തുപിടിച്ചു. ഒരു ഏട്ടന്റെ തണലാണ് അങ്ങനെ സന്ദീപ്മാഷ് അനുഭവിച്ചത്.

സന്ദീപ്മാഷ് പറഞ്ഞിട്ടല്ല സേതുമാഷ് എപ്പോഴും സഹായിക്കുക. സന്ദീപ്മാഷിന്റെ അവസ്ഥ അറിഞ്ഞാണ് അയാൾ എപ്പോഴും മുമ്പോട്ട് വരുക.

ഇപ്പോൾ ബന്ധുക്കൾ ആരുമായും സന്ദീപ്മാഷിന് അടുപ്പമില്ല. അയാളുടെ വിവാഹത്തോടെ അവരെല്ലാം അകന്നുപോയിരിക്കുന്നു. സുമയുടെ അവസ്ഥയും അതുതന്നെയാണ്. ബന്ധുക്കളുടെ ഇന്നത്തെ

മാംസഭക്ഷുകൾ

അവസ്ഥയെക്കുറിച്ച് അവൾക്ക് കേട്ടുകേൾവി മാത്രമാണുള്ളത്. ഏട്ടനും അനുജനും വിവാഹിതരാണ്. അവർക്ക്എത്ര മക്കളുണ്ടെന്ന് അവൾക്ക് കൃത്യമായി അറിയില്ല.

സന്ദീപ്മാഷിന്റെ അവസ്ഥയും കേട്ടുകേൾവികളിൽ ഒതുങ്ങുന്നു. അച്ഛൻ വഴിയടച്ച് തടഞ്ഞതോടെ ജനിച്ച വീടുമായുള്ള അയാളുടെ എല്ലാ ബന്ധങ്ങളും അവസാനിച്ചു. അയാളുടെ ഓർമ്മകളിൽ മാത്രം ആ വീടും പരിസരവും കൃഷിയും ശേഷിച്ചു. ജീവിതത്തിന്റെ മാർദ്ദവമുള്ള ഓർമ്മകൾ ഇപ്പോഴും അയാൾക്ക് അവിടെ തന്നെയാണ്.

നാടിനെയും വീടിനെയും കുറിച്ച് ചിന്തിച്ച സന്ദീപ്മാഷിന്റെ മനസ്സിലേ ക്ക് പ്രണയകാലം കടന്നു വന്നു. അപ്പോൾ അയാൾക്ക് വല്ലാത്തൊരു അനുഭൂതിയാണ് മനസ്സിന്റെ അടിത്തട്ടിൽനിന്ന് മേൽപരപ്പിലേക്ക് ഉയരുക. ആദ്യമൊന്നും അയാൾ സുമയെ ശ്രദ്ധിച്ചിട്ടില്ല. ആദ്യവർഷം അദ്ധ്യാപക ട്രെയിനിങ്ങിന് പഠിക്കുമ്പോഴാണ് സുമ ഒരു പെണ്ണായി അയാളുടെ മനസ്സിലേക്ക് കടന്നുവരുന്നത്.

സുമയുടെ വീട് കഴിഞ്ഞിട്ട വേണം സന്ദീപ്മാഷിന്റെ വീട്ടിലെത്താൻ. പലപ്പോഴും അയാൾ സുഹൃത്തുക്കളുമായി ചുറ്റിത്തിരിഞ്ഞു സന്ധ്യയോ ടെയാണ് വീട്ടിലെത്തുക. മിക്കപ്പോഴും സുമ അവളുടെ വീടിന്റെ മുമ്പിൽ തന്നെ ഉണ്ടാകും. അവരുടെ കൃഷിയാണ് കുടിയായ്മയായി സന്ദീപ്മാഷി ന്റെ അച്ഛന് കിട്ടിയിരിക്കുന്നത്. അത് നഷ്ടപ്പെട്ടതോടെ ജന്മാവകാശമു ള്ള കൃഷിസ്ഥലത്തേക്ക് അവർ കടന്നുചെല്ലാറില്ല. വെറും കാഴ്ചക്കാരായി നോക്കി നില്ക്കുകയാണ് പതിവ്. എല്ലാവർക്കും ഉയർന്ന ഉദ്യോഗങ്ങൾ ഉള്ളതുകൊണ്ട് കൃഷി നഷ്ടപ്പെട്ടതിന്റെ സാമ്പത്തികപ്രശ്നങ്ങൾ അവർ അനുഭവിച്ചില്ല.

കാഴ്ചകളിൽ നിന്ന് പ്രണയത്തിലേക്ക് സന്ദീപ്മാഷും സുമയും എത്തി ച്ചേർന്നു. അവർ തങ്ങളുടെ മനോഭാവങ്ങളെ ആരെയും അറിയിച്ചില്ല. അപൂർവ്വമായി മാത്രമാണ് അവർ സംസാരിച്ചത്. വല്ലപ്പോഴും നഗരത്തി ലേക്ക് പോകുമ്പോഴാണ് അതുണ്ടാകുക. അവർ അപ്പോൾ പ്രണയഭാവ ങ്ങളുടെ തീവ്രതയിൽ സ്വയം മുഴുകും. എങ്കിലും ആരും അറിയാതെയാണ് അവർ പ്രണയിച്ചുകൊണ്ടിരുന്നത്.

ജോലികിട്ടിയ രണ്ടാം വർഷമാണ് സന്ദീപ്മാഷ് വിവാഹത്തിന് തയ്യാറായത്. അതിനു കാരണം സുമയ്ക്ക വന്ന വിവാഹാലോചനയാണ്. വിവാഹം നടക്കും എന്നായപ്പോൾ അവർ വീട്ടിൽ നിന്ന് ഇറങ്ങി. പിന്നീട് രജിസ്റ്റർ ഓഫീസിൽ വെച്ച് അവർ വിവാഹിതരായി. അതിനുവേണ്ടി മുമ്പിൽ നിന്നത് സേതുമാഷും അയാളുടെ ചില സുഹൃത്തുക്കളുമാണ്. സ്കൂളിൽനിന്ന് ആരെയും സേതുമാഷ് അടുപ്പിച്ചില്ല. അവരെയൊന്നും

വിശ്വസിക്കാൻ കൊള്ളില്ലെന്ന് അയാൾ പറഞ്ഞു.

സന്ദീപ്മാഷിന്റെയും സുമയുടെയും ജീവിതത്തിൽ വെറും കാഴ്ചക്കാരനായല്ല സേതുമാഷ് നിന്നത്. അയാളും കുടുംബവും അവരുടെ ജീവിതത്തിന്റെ ഭാഗമായിത്തീർന്നു. നല്ലതിനും കെട്ടതിനും സേതുമാഷ് എപ്പോഴും സന്ദീപ്മാഷിന്റെ ശക്തിയായി.

ജീവിതത്തിൽ നഷ്ടങ്ങളുടെ ഖേദങ്ങളൊന്നും സന്ദീപ്മാഷിനില്ല. അയാളുടെ കൂടെ ജീവിക്കുന്ന സുമയും സംതൃപ്തയാണ്. ലോകം പിടിച്ചടക്കാനുള്ള മോഹങ്ങളില്ലാതെ അവർ അങ്ങനെ തട്ടിയും മുട്ടിയും ജീവിക്കുന്നു.

സന്ദീപ്മാഷ് പലപ്പോഴും തന്റെ ജീവിതത്തെക്കുറിച്ച് ചിന്തിക്കുക പതിവാണ്. ചിലപ്പോൾ അവിടേയ്ക്ക് ലോകവും കടന്നുവരും.

സേതുമാഷ് സന്ദീപ്മാഷിന്റെ മുഖഭാവങ്ങളെ സൂക്ഷ്മതയോടെ ശ്രദ്ധിക്കുകയായിരുന്നു. മാഷ് എന്തോ ആലോചിക്കുകയാണെന്ന് സേതുമാഷിനു മനസ്സിലായി. സന്ദീപ്മാഷിന്റെയും സുമയുടെയും ചുറ്റുപാടുകളെ സേതുമാഷിന് അറിയാം. അവരുടെ ചില നിർബ്ബന്ധങ്ങളാണ് സാമ്പത്തികപ്രശ്നങ്ങൾ ഗുരുതരമാക്കുന്നത്. വിട്ടുവീഴ്ച ചെയ്ത് കോടതിയിൽ പോയാൽ അവർക്ക് തങ്ങളുടെ സ്വത്തിന്റെ ഭാഗത്തെ നേടിയെടുക്കാൻ കഴിയും. എങ്കിലും തള്ളിക്കളഞ്ഞതിനെ സ്വീകരിക്കുക ഗുരുതരമായ തെറ്റാണെന്ന് അവർ വിശ്വസിച്ചു.

സേതുമാഷാണ് മരഉരുപ്പടികൾ അളവ് കണക്കാക്കി മുറിക്കുന്നതിനെ ശ്രദ്ധിച്ചുകൊണ്ടിരുന്നത്. സന്ദീപ്മാഷ് ഇടയ്ക്കിടെ കാര്യങ്ങളെ പരിശോധിക്കുന്നുണ്ട്. എങ്കിലും മരപ്പണിയെക്കുറിച്ച് സേതുമാഷിനാണ് കൂടുതൽ അറിവുള്ളത്.

മുകളിലേക്കുള്ള വാതിൽ കട്ടിളകൾക്കുശേഷം അവർ ജനാലകട്ടിളകൾ ഈർന്ന് എടുത്തു. അതിനുശേഷമാണ് എല്ലാത്തരം ചട്ടങ്ങളും പിടിക്കുന്നത്. മറ്റൊരിക്കൽ പലകകൾ പിടിക്കാം എന്നാണ് സേതുമാഷ് പറഞ്ഞത്. അതിന് പുതുതായി മരഉരുട്ടകൾ വാങ്ങണം.

ഉച്ചവരെ അവർ ഈർച്ചമില്ലിൽ തന്നെയായിരുന്നു. ഉച്ചയ്ക്കു ശേഷമാണ് അവർ ഉണ്ണിയുടെ ഉഴിച്ചിൽമില്ലിലേക്ക് പോകുന്നത്. ടെമ്പോവിൽ നിന്ന് പെട്ടെന്ന് തന്നെ മരങ്ങളെ ഇറക്കി. ഉണ്ണിയുടെ പണിക്കാർ അവയുമായി യന്ത്രത്തിന് അടുത്തേക്ക് നടന്നു. അതോടെ കട്ടിളകളിൽ ചാലുകളും മറ്റും ഉണ്ടായി. ജനാലചട്ടങ്ങളെയും അവർ ഉഴിഞ്ഞുവൃത്തിയാക്കി. മരങ്ങൾ ഉഴിഞ്ഞതോടെ അവയ്ക്കെല്ലാം വല്ലാത്ത സൗന്ദര്യമാണ്. തേക്കുമരത്തിന്റെ ഉള്ളിൽ നിന്ന് ചിത്രരേഖകൾ തെളിഞ്ഞു വരുകയാണ്. അവ

സുന്ദരമായ കാഴ്ചയായി അവർക്ക തോന്നി.

ഉഴിച്ചിൽ സ്ഥലത്തുനിന്ന് വണ്ടിയിലേക്ക് മരങ്ങൾ കയറ്റമ്പോൾ ഏകദേശം സന്ധ്യ ആയിരുന്നു. വീട്ടുപണിസ്ഥലത്ത് ഇരുണ്ട നേരത്താണ് അവർ എത്തുന്നത്. ഡ്രൈവറും ക്ലീനറും സഹായിച്ചതു കൊണ്ട് അവർക്ക് മരഉരുപ്പടികളെ എല്ലാം മുറിയിൽ കയറ്റിവെക്കാ നായി. ടെമ്പോക്കാരന് പണംകൊടുത്തു പിരിച്ചവിട്ടമ്പോഴേക്കും അവർ വല്ലാതെ തളർന്നു. കുറെനേരം ഇരുന്നതിന ശേഷമാണ് അവർ വീട്ടുക ളിലേക്ക് മടങ്ങുന്നത്.

വല്ലാത്ത ക്ഷീണത്തോടെയാണ് സന്ദീപ്മാഷ് ഉറങ്ങാൻ കിടന്നത്. അയാൾക്ക് ആരോടും ഒന്നും സംസാരിക്കാൻ തോന്നിയില്ല. സുമയുടെ ചോദ്യങ്ങൾക്ക് അയാൾ അവ്യക്തമായ മറുപടിയാണ് നൽകിയത്. മക്കളോടും അങ്ങനെ തന്നെയാണ് സന്ദീപ്മാഷ് പെരുമാറിയത്.

കിടന്നത് മാത്രമെ സന്ദീപ്മാഷിന് ഓർമ്മയുള്ളൂ. അയാൾ ഒന്നണ രാതെ നേരം വെളുക്കവോളം ഉറങ്ങി. വളരെ വൈകി എണീറ്റു. സന്ദീ പ്മാഷ് പെട്ടെന്നതന്നെ പുറപ്പെട്ടൊരുങ്ങി.

മുറ്റത്ത് എത്തിയ സന്ദീപ്മാഷ് അപരിചിതനായ ഒരാളെ കണ്ട് കുറച്ചുനേരം നിന്നു. താൻ ഇലക്ട്രീഷ്യനാണെന്നു പറഞ്ഞ് സ്വയം പരി ചയപ്പെടുത്തിയ അയാൾ പലചരക്കുകടക്കാരനാണ് തന്നെ പറഞ്ഞുവി ട്ടതെന്ന് അറിയിച്ചു. അയാളുടെ ആവശ്യങ്ങൾക്ക് സന്ദീപ്മാഷ് മറുപടി പറഞ്ഞില്ല. വീണ്ടും കാണാമെന്ന മാത്രമാണ് അയാൾ പറഞ്ഞത്. ഉടനടി പണിസ്ഥലത്തേക്ക് സന്ദീപ്മാഷ് പോകുകയും ചെയ്തു.

രാവിലെ തന്നെ പൊന്മലആശാരി പണിസ്ഥലത്ത് എത്തുമെന്നാണ് പറഞ്ഞിരിക്കുന്നത്. സേതുമാഷും അപ്പോൾ തന്നെ അവിടെ എത്തും. അതിനു ശേഷം മരപ്പണിക്ക് കരാർ ഉറപ്പിക്കണം.

സന്ദീപ്മാഷ് പണിസ്ഥലത്ത് എത്തുമ്പോൾ പൊന്മലആശാരി അവിടെ നിൽക്കുന്നുണ്ട്. സേതുമാഷ് അയാളോട് സംസാരിച്ചുകൊ ണ്ടിരുന്നു. അനാവശ്യമായ തർക്കങ്ങൾ ഒഴിവാക്കാനായി സേതുമാഷ് പറഞ്ഞു:

'ഇനി എല്ലാ പണികളും മാഷ് കരാർപ്രകാരം ചെയ്താൽ മതി. അതാണ നല്ലത്. ഒറ്റക്ക് എല്ലാം നോക്കാൻ കഴിയില്ല. ഞാൻ എല്ലാം സംസാരിച്ചുവെച്ചിട്ടുണ്ട്. അതു പറയാം.'

തച്ച കണക്കാക്കുമ്പോൾ ഇക്കാലത്ത് നഷ്ടമാണ് ഉണ്ടാകുകയെ ന്നും സേതുമാഷ് സന്ദീപ്മാഷിനോട് പറഞ്ഞു. പണിയും ദിവസങ്ങളും കണക്കാക്കിയാണ് അവർ കൂലി നിശ്ചയിക്കുക. എന്നാൽ യന്ത്രങ്ങൾ

വന്നതോടെ അതെല്ലാം മാറിയിരിക്കുന്നു. മിക്ക പണികളും യന്ത്രങ്ങ ളാണ് ചെയ്യുന്നത്. ഉളയെട്ടക്കലും ചെറിയ ഉഴിച്ചിലുമാണ് ആശാരിമാർ ചെയ്യുന്നത്. അതുപോലെ പലകകളെ കൂട്ടിച്ചേർക്കാൻ ചാലുകളും എടുക്കണം.

പൊന്മലആശാരി അവർ കൊണ്ടുവന്ന മരങ്ങളെ എല്ലാം പരിശോധി ച്ചുകൊണ്ടിരുന്നു. കോൺക്രീറ്റ് ചെയ്ത നിലങ്ങളിൽ സന്ദീപ്മാഷ് വെള്ള മൊഴിച്ച് നനച്ചു. വാർപ്പിനുള്ള പണി ആയിരിക്കുന്നു. തെക്കഭാഗത്തെ മുറിക്കുവേണ്ടി അവർ പലകമുറിച്ച് അടിക്കുകയാണ്. ഇന്നത്തോടെ ആ പണിയും തീരുമെന്ന് തോന്നുന്നു. പിന്നെ പലകകളിൽ കാണുന്ന ഓട്ടകളെ അടയ്ക്കണം.

വീടിന്റെ ഏകദേശരൂപം ഉണ്ടായപ്പോൾ സന്ദീപ്മാഷിന് ആശ്വാസം തോന്നി. അവർ ചുറ്റപാടും പരിശോധിച്ചുകൊണ്ട് നടന്നു. തെക്കഭാഗത്ത് നീണ്ടു പരന്നുകിടക്കുന്ന നെൽകൃഷിയാണ്. അവിടെ ഒറ്റപ്പെട്ട പനകളു മുണ്ട്. ഇപ്പോൾ കൂടുതലും വരമ്പുകളിൽ തെങ്ങുകളാണ്.

പലക അടിച്ചതോടെ പെട്ടെന്നതന്നെ വാർപ്പ് പണി തുടങ്ങി. മുറികളിൽ മുഴവൻ മുളകളാണ്. അതുകൊണ്ട് കോണിപ്പടിയുടെ മുകളിൽ നിന്നാണ് സന്ദീപ്മാഷ് അവരുടെ പണികളെ ശ്രദ്ധിച്ചത്. ഇത്തവണയും ഹോട്ടലിൽ നിന്നാണ് പൊറോട്ടയും ഇറച്ചിയും വര ത്തിയത്. പതിവ് ആഘോഷമായി മദ്യപാനവും നടന്നു. വളരെയധികം തളർച്ചയോടെയാണ് സന്ദീപ്മാഷ് സന്ധ്യയ്ക്ക് വീട്ടിലേക്ക് മടങ്ങിയത്.

പിറ്റേന്ന് കൃഷ്ണൻകുട്ടി വരുന്നത് കണ്ടപ്പോൾ സന്ദീപ്മാഷ് വീടിന്റെ മുൻഭാഗത്തേക്ക് നടന്നു. ചുവര തേയ്പ്പ പണിക്കുള്ള ദിവസത്തെക്കുറി ച്ച് അറിയാനാണ് അയാൾ എത്തിയിരിക്കുന്നത്. വേണ്ട സിമന്റിന്റെയും മണലിന്റെയും കണക്കുകളെ അയാൾ പറഞ്ഞു. യഥേഷ്ടം മണൽ കരുതി വെച്ചിരിക്കുകയാണ്. ഇനി അധികമൊന്നും വേണ്ടിവരില്ല. എന്നാൽ സിമന്റാണ് ഇനി വേണ്ടത്. അതിനെ കൃത്യമായി കണക്കാ ക്കാൻ ആവില്ലെന്നും അയാൾ സൂചിപ്പിച്ചു. എല്ലാം ഏകദേശം പറയാ മെന്നു പറഞ്ഞു.

സേതുമാഷാണ് കരാർപണിയെക്കുറിച്ച് കൃഷ്ണൻകുട്ടിയോട് സംസാരി ച്ചത്. പണിക്കൂലി പരമാവധി കൂട്ടാനാണ് അയാൾ ശ്രമിച്ചത്. എന്നാൽ കാര്യങ്ങളെ അറിയുന്ന സേതുമാഷ് അതിനു സമ്മതിച്ചില്ല. ഒടുവിൽ ചെറിയ ഇടവേളകൾക്ക് ശേഷം അവർ കരാർ നിശ്ചയിച്ചു.

തനിയെ ഇരിക്കുമ്പോൾ സേതുമാഷ് പറഞ്ഞു:

'പണിക്കാരുമായുള്ള കരാറുകൾ വെള്ളത്തിലെ വരകളാണ്.

　　　　മാംസഭക്ഷകൾ

അവർക്ക് നമ്മളെ പറ്റിക്കാൻ അറിയാം. അവർക്ക് രണ്ടു കൂട്ടരേ പേടിയുള്ളൂ. ജാതി സമുദായത്തെയും രാഷ്ട്രീയക്കാരെയുമാണ്. മറ്റൊന്നും അവർക്ക് പ്രശ്നമല്ല.'

എത്രയും വേഗം ഇലട്രീഷ്യന്റെ പണിയാണ് ആരംഭിക്കേണ്ടതെന്ന് സേതുമാഷ് പറഞ്ഞു. തേയ്പ്പിന മുമ്പ് വയറിങ്ങിനുള്ള താര ഉണ്ടാ ക്കണം. അതിന ശേഷം തേയ്പ്പപണി ആരംഭിച്ചാൽ കുറച്ച് അനാവ ശ്യചെലവുകളെ ഒഴിവാക്കാം. പച്ചമരം ഉണങ്ങുന്നത് നല്ലതാണെന്നും അയാൾ പറഞ്ഞു. അതുകൊണ്ട് ദിവസങ്ങൾ കഴിഞ്ഞ് മരപ്പണി ആരംഭിച്ചാൽ മതി.

ഇപ്പോൾ സന്ദീപ്മാഷിന്റെ വീടിന്റെ വാർപ്പ്പണി കഴിഞ്ഞിരിക്കുന്നു. മേൽക്കൂരയിൽ ചാക്കകൾ നിരത്തിയിട്ടിരിക്കുകയാണ്. പണിക്കാർ അവയെ ഇടവിട്ട് നനക്കാറുണ്ട്. അതിന് ഒരാളെ പ്രത്യേകമായി സന്ദീ പ്മാഷ് ഏർപ്പാടാക്കിയിരുന്നു.

വീണ്ടും കൃഷ്ണൻകുട്ടി വന്നപ്പോൾ അടുത്താഴ്ച വരാൻ അവർ പറഞ്ഞു. പിന്നീട് സന്ദീപ്മാഷ് ഉച്ചയൂണിന് വീട്ടിലേക്ക പുറപ്പെട്ടു. സേതുമാഷും മടങ്ങിപ്പോയി.

വീണ്ടും ഇലക്ട്രീഷ്യൻ സന്ദീപ്മാഷിന്റെ വീട്ടിൽ എത്തി. സ്വിച്ചിനും മറ്റുമു ള്ള എണ്ണങ്ങൾ കണക്കാക്കിയാണ് സന്ദീപ്മാഷ് കരാർ നിശ്ചയിച്ചത്. അതിനെക്കുറിച്ച് സേതുമാഷ് വിശദമായി അയാളോട് പറഞ്ഞിരുന്നു. അതുകൊണ്ട് വലിയ തർക്കങ്ങൾ ഇല്ലാതെ സന്ദീപ്മാഷിന് കരാർ ഉറപ്പിക്കാൻ കഴിഞ്ഞു. അയാളുടെ വീട് കെട്ടുന്നതിനെക്കുറിച്ചുള്ള വായനയിൽ ഇലക്ട്രീഷ്യൻ പണിയെ വിശദമായി വിവരിക്കുന്നുണ്ട്.

പിറ്റേന്നതന്നെ ഇലക്ട്രീഷ്യൻ വയറു വലിക്കുന്നതിന വേണ്ട താരകൾ ഉണ്ടാക്കുന്നതിനവേണ്ടി രാവിലെ വരുമെന്നും പറഞ്ഞു.

പിറ്റേന്ന് രാവിലെ പത്തുമണിയോടെ ഇലക്ട്രീഷ്യൻ സഹായിക ളായ രണ്ടുപേരുമായി വന്നു. അവർ ആദ്യമായി വയറുകൾ പോകുന്ന വഴികളാണ് അടയാളപ്പെടുത്തിയത്. ചുവട്ടിൽ നിന്ന് മുകളിലേക്കാണ് വയറുകൾ പോകുന്നത്. ഉച്ചയോടെ യന്ത്രം ഉപയോഗിച്ച് ചുവരുകളിൽ താരകളിട്ടു തുടങ്ങി. യന്ത്രമായതുകൊണ്ട് പണി വളരെ വേഗത്തിലാണ് നീങ്ങുന്നത്.

മൂന്നു ദിവസമാണ് ഇലക്ട്രീഷ്യനും സഹായികളും പണിയെടുക്കുന്നത്. എല്ലാദിവസവും സന്ദീപ്മാഷ് അവർക്ക് കൂലി നൽകുകയും ചെയ്തു. മുൻകൂർ പണം കൊടുത്താൽ അത് വിഡ്ഢിത്തമാകുമെന്ന് അയാൾക്ക റിയാം. ഇലക്ട്രീഷ്യന്മാർ കൃത്യതയോടെ അല്ല പണിക്ക വരുക. അവർ

ഏതെങ്കിലും സമയത്താണ് പണിസ്ഥലത്ത് എത്തുക. കരാർപണി ആയതുകൊണ്ട് സന്ദീപ് മാഷിന് അവരുടെ ജോലിയെക്കുറിച്ച് സംസാരിക്കേണ്ടതില്ല.

നാലാം ദിവസം മുതൽ കൃഷ്ണൻകുട്ടിയും ഗൗരിയും സഹായികളും പണിക്ക വന്നുതുടങ്ങി. കൃഷ്ണൻകുട്ടിയുടെ കൂടെ ആണങ്ങളായി രാധാ കൃഷ്ണനും മാധവനുമാണ്. പെണ്ണങ്ങൾ ഗൗരിക്ക പുറമേ ശശികലയും മാധവിയുമാണ്.

പണിക്കാരുമായി നേരിട്ട് ഇടപഴകിയതോടെ സന്ദീപ്മാഷിന് അവരെക്കുറിച്ച് കൂടുതലായി അറിയാനായി. ഇതുവരെ കോൺട്രാക്ടറുടെ കീഴിലാണ് അവർ പണിയെടുത്തിരുന്നത്. അതുകൊണ്ട് പണി ക്കാരുമായി സന്ദീപ്മാഷിന് പറയത്തക്ക ഒരു ബന്ധവുമില്ല. ഇപ്പോൾ കാര്യങ്ങളെല്ലാം മാറിമറിഞ്ഞിരിക്കുന്നു. തന്റെ കാൽപ്പനിക ലോകത്തു നിന്ന് യഥാർത്ഥ ലോകത്തിലേക്ക് സന്ദീപ്മാഷ് എത്തിയിരിക്കുന്നു.

ആദ്യ ദിവസങ്ങളിൽ രാവിലെ കൃഷ്ണൻകുട്ടിയും കൂട്ടരും എട്ടര മണിയോടെ പണിസ്ഥലത്ത് എത്തി. ഇപ്പോൾ ഒമ്പതു കഴിഞ്ഞിട്ടാണ് അവർ വരുന്നത്. ഒമ്പതരയ്ക്ക് പണി തുടങ്ങുന്ന അവർ പതിനൊന്നു മണിക്ക് ചായ കുടിക്കാൻ പോകും. അതിനുശേഷം മുക്കാൽ മണിക്കൂർ കഴിഞ്ഞാണ് അവർ വീണ്ടും പണി തുടങ്ങുക. ഒരു മണിക്ക് ഊണിനു പോകുന്ന അവർ ഏകദേശം രണ്ടു മണിക്ക ശേഷം പണി തുടരുന്നു. നാലരയോടെ പണി അവസാനിപ്പിക്കുകയും ചെയ്യും.

കരാർ ആണെങ്കിലും ദിവസക്കൂലിയാണ് പണിക്കാർ വാങ്ങിക്കൊ ണ്ടിരുന്നത്. അവസാനം അടിയളന്ന് കണക്കാക്കാമെന്ന് കൃഷ്ണൻകുട്ടി പറഞ്ഞു. മറ്റ വഴികളില്ലാതെ സന്ദീപ്മാഷിന് അതിന് സമ്മതിക്കേ ണ്ടിവന്നു. തോന്നിയ നേരത്ത് വന്നുപോകുന്ന ഇലക്ട്രീഷ്യൻ ദിവസക്കൂ ലിയാണ് വാങ്ങുന്നത്. കണക്കുകൾ അവസാനം തീർക്കാമെന്നാണ് അയാൾ പറയുന്നത്.

സന്ധ്യയോടെ നാളത്തേയ്ക്ക് എന്തെങ്കിലും വാങ്ങാനുണ്ടോ എന്ന് എന്നും കൃഷ്ണൻകുട്ടിയോട് ചോദിച്ചിട്ടാണ് സന്ദീപ്മാഷ് വീട്ടിലേക്ക് പോകുക. ഒന്നും ആവശ്യമില്ലെന്ന് അയാൾ പതിവായി പറയാറുണ്ട്. എന്നാൽ രാവിലെ പണി തുടങ്ങുന്നതിനു മുമ്പായി സാധനങ്ങളുടെ വലിയൊരു കുറിപ്പടി മാഷിനെ ഏൽപ്പിക്കാൻ അയാൾ മടിക്കാറില്ല. ടൗണിൽ നിന്ന് സന്ദീപ്മാഷ് അവയെ വാങ്ങിച്ച കൊണ്ട വന്നതിന ശേഷമാണ് അവർ പണി തുടങ്ങുക. അങ്ങനെ അവർക്ക് കുറെനേരം പണിയെടുക്കാതെ സമയം കളയാൻ കഴിഞ്ഞു.

          മാംസഭുക്കുകൾ

എന്നാൽ മറ്റ ചില സംഭവങ്ങളാണ് സന്ദീപ്മാഷിനെ കൂടുതൽ വിഷമിപ്പിച്ചത്. സേതുമാഷ് പോകാൻ വൈകിയതുകൊണ്ട് അന്ന് പതിവില്ലാതെ ഹോട്ടലിലാണ് സന്ദീപ്മാഷ് ഊണ് കഴിച്ചത്. ചിലപ്പോൾ അങ്ങനെ സംഭവിക്കാറുണ്ട്.

ഊണ് കഴിഞ്ഞുവന്ന സന്ദീപ്മാഷ് കോണിപ്പടികൾ കേറാൻ ഇടങ്ങുകയായിരുന്നു. അപ്പോഴാണ് അയാൾ മാധവിയുടെ വാക്കുകളെ കേൾക്കുന്നത്.

'എവിടെപ്പോയാലും നമ്മൾ അവരുടെ ഇടപാടിന് കാവലിരിക്കുകയാണ്. ഗൗരിയോട് ചോദിച്ചാൽ ഞങ്ങൾ ഭാര്യാഭർത്താക്കന്മാരെപ്പോലെ ആണെന്ന് പറയും. സത്യത്തിൽ സ്ഥിരമായി പണികിട്ടാൻ വേണ്ടിയുള്ള അവളുടെ ഇടപാടാണ്. നമ്മളെ കൊണ്ട് അതിനൊന്നും പറ്റില്ല. അതുകൊണ്ട് വല്ലപ്പോഴും പണി കിട്ടിയാലായി. ഏതായാലും പണികിട്ടിയാൽ നമ്മൾ അവർക്ക് കാവലും ഇരിക്കണം.'

വിവരം മനസ്സിലാക്കിയ സന്ദീപ്മാഷ് ഖേദത്തോടെ താഴത്തേയ്ക്ക് തിരിച്ചനടന്നു. അയാൾക്ക് കാര്യങ്ങളെ കുറെക്കൂടി വിസ്തരിച്ച് മനസ്സിലാക്കാനായി. മേസ്തിരിയാണ് എല്ലാവർക്കും സ്ഥിരമായി പണിനൽകുന്നത്. അതുകൊണ്ട് അയാളുടെ ആവശ്യങ്ങളെ നിറവേറ്റുന്ന പെണ്ണിന് സ്വാഭാവികമായി സ്ഥിരമായി പണി കിട്ടുന്നതാണ്. സ്ഥിരംപണിക്കു വേണ്ടി പലരും എന്തും ചെയ്യാൻ തയ്യാറാണ്. അതിനവർ തക്കതായ ന്യായങ്ങൾ കണ്ടെത്തും എന്നുമാത്രം.

ഗൗരി രണ്ട് പെണ്മക്കളുടെ അമ്മയാണ്. അവർക്ക് പതിമൂന്നും പതിനഞ്ചുമാണ് പ്രായം. ഭർത്താവ് കുഞ്ചന് പെട്ടിക്കടയാണ്. എന്നാൽ അയാൾ അമിത മദ്യപാനിയാണ്. ഗൗരിയുടെ വരുമാനം കൊണ്ടാണ് വീട്ടുകാര്യങ്ങൾ നടക്കുന്നത്.

പെണ്ണങ്ങളുടെ വരുമാനം കൊണ്ടാണ് പണിക്കാരിൽ മിക്കവരുടെയും വീട്ടുകാര്യങ്ങൾ നടക്കുക. ആണങ്ങളിൽ വളരെ കുറച്ചപേർ മാത്രമാണ് അത്യാവശ്യത്തിനു പോലും വീട്ടിൽ പണം ഏല്പിക്കുക. ഭാവിയെ സംബ ന്ധിച്ച പ്രശ്നങ്ങളൊന്നും അവരെ അലട്ടാറില്ല. അവരെല്ലാം അതതു നിമിഷങ്ങളിലാണ് ജീവിക്കുന്നത്. ജീവിതത്തെ അവരെല്ലാം ആഘോഷമാക്കിത്തീർക്കുന്നു.

വിവരമറിഞ്ഞ് സേതുമാഷ് പുഞ്ചിരിയോടെ പറഞ്ഞു:

'മാഷ് നല്ലൊരു വായനക്കാരനാണ്. പ്രശ്നം അവിടെയാണ്. പണിക്കാരുടെ ജീവിതത്തെ മനസ്സിലാക്കാൻ കഴിഞ്ഞാൽ നമുക്ക് നമ്മുടെ ചുറ്റുപാടുകളെ തിരിച്ചറിയാൻ കഴിയും. അതാണ് വേണ്ടത്.'

സേതുമാഷ് വീണ്ടും പറഞ്ഞു:

'ഏതായാലും വീട്ടുകെട്ടി കഴിയുമ്പോഴേക്കും സന്ദീപ്മാഷിന്റെ തെറ്റി ദ്ധാരണകൾ എല്ലാം നീങ്ങും. മാഷ് കുറേക്കൂടി ജീവിതത്തെക്കുറിച്ച് അറിവുള്ളവനായി തീരും.'

അത്തരമൊരു അറിവ് പിറ്റേന്ന് തന്നെ സന്ദീപ്മാഷിന് ഉണ്ടായി.

സമയം പത്തരയാണ്. മുറികളിൽ സിമന്റ് തേയ്പ്പ് നടക്കുകയാണ്. ഒരാൾ പൊക്കത്തിലുള്ള കുതിരസ്റ്റൂളുകളിലാണ് മൂന്ന് ആണങ്ങളും പണി യെടുക്കുന്നത്. പെട്ടെന്ന് മാധവന്റെ മൊബൈൽ ഫോൺ ശബ്ദിച്ചു തുടങ്ങി. അയാൾ ഉച്ചത്തിലാണ് സംസാരിക്കുന്നത്. സ്റ്റൂളിൽ നിന്ന് ചുവട്ടിലേക്ക് ചാടിയിറങ്ങിയ അയാൾ സന്ദീപ്മാഷിന്റെ അടുത്തെത്തി.

കിതപ്പോടെ മാധവൻ പറഞ്ഞു:

'രാവിലെ പണിക്ക വരുമ്പോൾ കുട്ടിക്ക് വയ്യായിരുന്നു. വയറിളക്ക മാണ്. ഇപ്പോൾ കൂടുതലായിരിക്കുന്നു. അവൻ തളർന്ന കിടക്കുകയയാ ണത്രെ. മാഷ് സഹായിക്കണം. അവനെ ഡോക്ടറെ കാണിക്കണം. ചിലപ്പോൾ ആശുപത്രിയിൽ അഡ്മിറ്റ് ചെയ്യേണ്ടിവരും.'

അത്യാസന്നനിലയിൽ കിടക്കുന്ന കുട്ടിയെ ഓർത്ത് സന്ദീപ്മാഷിന് വല്ലാത്ത വിഷമം തോന്നി. അയാൾ ഉടനടി ആയിരംരൂപ മാധവന് കൊടുത്തു. എത്രയും വേഗം മകനെ ആശുപത്രിയിൽ എത്തിക്കാൻ പറയുകയും ചെയ്തു.

എന്നാൽ കാര്യങ്ങളുടെ വാസ്തവവസ്ഥിതിയെ സന്ദീപ്മാഷ് അറിയു ന്നത് വൈകിട്ടാണ്. പണിക്കാരെ പറഞ്ഞുവിട്ട് മാഷ് വീട്ടിലേക്ക് പുറ പ്പെട്ടതാണ്. സിനിമാ തിയേറ്ററിന്റെ മുമ്പിലുള്ള ആൾതിരക്ക കാരണം അയാൾ ബൈക്ക് ഇടതുവശത്ത് നിർത്തി. അപ്പോഴാണ് അയാൾ ആ കാഴ്ചകാണുന്നത്. മാധവനും ഭാര്യയും രണ്ട മക്കളും സിനിമാ തീയേറ്റ റിൽ നിന്ന് ഇറങ്ങിവരികയാണ്. മാധവൻ സന്ദീപ്മാഷിനെ നോക്കി പുഞ്ചിരിച്ച് നടന്നു. ആ   പുഞ്ചിരിയുടെ പിന്നിൽ എന്തോ ഉണ്ടെന്ന് സന്ദീപ്മാഷിന് തോന്നി.

പിന്നീട് സന്ദീപ്മാഷ് തന്നോട്തന്നെ പല ചോദ്യങ്ങളെയും ചോദി ച്ചുതുടങ്ങി. അയാൾ ഉത്തരം കണ്ടെത്താൻ ശ്രമിക്കുകയും ചെയ്തു. പഴയൊരു വായനയുടെ ഓർമ്മയാണ് സന്ദീപ്മാഷിന്റെ മനസ്സിലേക്ക് കടന്നുവന്നത്. പലതവണ അതിനെക്കുറിച്ച് അയാൾ വീണ്ടുവിചാ രങ്ങൾ നടത്തി. തന്റെ മകൾക്ക് അസുഖമാണെന്ന നണപറഞ്ഞ് താൻ ആരുടെയും ദയവ് നേടില്ലെന്ന് അയാൾക്ക് ഉത്തമബോധ്യമുണ്ട്. സത്യവും നണയും മൂല്യങ്ങളുമായി ബന്ധപ്പെട്ടിരിക്കുന്നു. അധഃകൃതരെ

       മാംസഭുക്കുകൾ

മതം മാറ്റാൻ ശ്രമിച്ച പാതിരിമാർ അവരെ മൂല്യബോധമുള്ളവരാക്കി തീർക്കാനാണ് ആദ്യം ശ്രമിച്ചത്. മതം മാറാതെ കീഴാളരായി ജീവിക്ക ന്നവരിൽ പലരും ഇപ്പോഴും മൂല്യബോധമില്ലാത്തവരായി ഇടരുന്നു.

സേതുമാഷ് പറഞ്ഞ വാക്കുകളെ സന്ദീപ്മാഷ് ഓർമ്മിച്ചു. അക്ഷര ങ്ങൾ അറിവുകളെ മാത്രമല്ല സംസ്ക്കാരത്തെയും മൂല്യബോധത്തെയും ഉണ്ടാക്കുമെന്ന് സേതുമാഷ് പറഞ്ഞു.

പിറ്റേന്ന് യാതൊന്നും സംഭവിക്കാത്തത പോലെയാണ് മാധവൻ പണിക്ക വന്നത്. സന്ദീപ്മാഷിന്റെ നന്മയെ കഴിവുകേടായാണ് അവരെല്ലാം കണ്ടത്.

സേതുമാഷ് മുമ്പുപറഞ്ഞ പഴയൊര സംഭവത്തിൽ സന്ദീപ്മാഷ് ചറ്റിത്തിരിഞ്ഞ് എത്തി. ഒര ആദിവാസി യുവാവ് പഞ്ചായത്ത് ഓഫീസിലെ ക്ലാർക്കാണ്. അച്ഛൻ റെയിൽവെ ജീവനക്കാരനാ യിരുന്നു. അതുകൊണ്ട് മകനെ പത്താംതരം വരെ പഠിപ്പിച്ചു. പത്തിൽ ജയിച്ച അവന് കൂടുതൽ പഠിക്കാനുള്ള താല്പര്യം ഉണ്ടായില്ല. എങ്കിലും അവൻ പരീക്ഷയെഴുതി സർക്കാർ ജീവനക്കാരനായി.

പഞ്ചായത്ത് ജീവനക്കാരനായ അയാക്ക് പരിഷ്കൃത മനുഷ്യന്റെ ചിട്ടവട്ടങ്ങൾക്കൊത്ത് ജീവിക്കാൻ കഴിഞ്ഞില്ല. വല്ലപ്പോഴുമാണ് അയാൾ പഞ്ചായത്ത് ഓഫീസിലേക്ക് വരുക. പലപ്പോഴും അമിതമായി മദ്യപിക്കും. അയാൾ തുറന്ന പ്രദേശങ്ങളെയാണ് ഇഷ്ടപ്പെട്ടിരുന്നത്. അയാളുടെ മനസ്സിലുള്ള ആദിവാസി അതിരുകളില്ലാതെ സഞ്ചരി ക്കാൻ ആഗ്രഹിച്ചു.

എന്നാൽ അതൊന്നുമല്ല ഇവിടെ വിഷയമാകുന്നത്. ഒരുദിവസം സന്ധ്യയ്ക്ക് സഹപ്രവർത്തകന് ആദിവാസി യുവാവ് തന്റെ അമ്മ മരിച്ച വിവരം അറിയിക്കുന്നു. അടിയന്തര ചെലവുകൾക്കും മറ്റുമായി ഉടനടി തന്റെ ബാങ്ക് അക്കൗണ്ടിൽ പണം ഇടണമെന്നാണ് അയാൾ ആവശ്യപ്പെടുന്നത്. സുഹൃത്ത് അതിനു തയ്യാറായതാണ്. എന്നാൽ സഹപ്രവർത്തകർ നേരിട്ട് പോകാനാണ് തീരുമാനിച്ചത്.

ആദിവാസി കോളനിയിലേക്കുള്ള വഴിയും വീടും അറിയാൻ വേണ്ടി പിറ്റേന്ന് സുഹൃത്ത് ഫോൺ ചെയ്തു. പക്ഷേ എടുത്തത് അയാളുടെ അമ്മയാണ്. ഞാൻ പഞ്ചായത്ത് ജീവനക്കാരന്റെ അമ്മയാണെന്ന് പറഞ്ഞാണ് അവർ പരിചയപ്പെടുത്തുന്നത്. അതോടെ അയാൾ ഫോൺ വെയ്ക്കുകയും ചെയ്തു.

ഇക്കാര്യം ഓർമ്മിച്ച സന്ദീപ്മാഷ് വീണ്ടും മൂല്യങ്ങളെക്കുറിച്ച് ചിന്തിച്ചുതുടങ്ങി. തന്നെ പോലെയുള്ളവർ ഒരിക്കലും അമ്മ മരിച്ചെന്ന്

നണപറയില്ലെന്ന് അയാൾ വിശ്വസിച്ചു. ആ നണ വലിയൊരു മൂല്യ ബോധത്തിന്റെ കുറവിനെയാണ് തെളിയിക്കുന്നത്.

തന്റെ ഒഴിവുസമയങ്ങളിൽ മുഴുക്കെ സന്ദീപ്മാഷ് മൂല്യബോധങ്ങളെ ക്കുറിച്ചാണ് ചിന്തിച്ചു കൊണ്ടിരുന്നത്. അത് എവിടെ നിന്ന് ആരംഭിച്ച വെന്ന് അയാൾക്ക് അറിയാൻ കഴിഞ്ഞില്ല.

പണിക്കാരെല്ലാം വൈകുന്നേരത്തെ ചായകുടി കഴിഞ്ഞു വീണ്ടും പണി തുടങ്ങിയിരിക്കുന്നു. ഇപ്പോൾ വീട്ടിന്റെ മുൻഭാഗത്തും പിൻഭാഗ ത്തും അടച്ചുറപ്പുള്ള താൽക്കാലിക വാതിലുകളുണ്ട്. രണ്ടാംനിലയിലെ മുളന്തൂണുകളും മറ്റും മാറ്റിയിരിക്കുന്നു. താഴത്തെ നിലയിലെ മുറികളിൽ ഇപ്പോഴും തേയ്പ്പ്പണി തുടരുകയാണ്. പുതുതായി ഒരു ചട്ടി സിമന്റും മണലും ചേർത്ത് പണിക്കാർ അടുത്ത പണി ചെയ്യാനുള്ള തയ്യാറെടു പ്പിലാണ്.

ഏകദേശം നാല്യമണി ആയതോടെ കൃഷ്ണൻകുട്ടി സന്ദീപ്മാഷിനെ അടുത്ത മുറിയിലേക്ക് വിളിച്ചു. അയാൾ അവിടെയാണ് പണിചെ യ്യുന്നത്. നാളത്തെ പണിയെക്കുറിച്ചുള്ള വിവരങ്ങൾ പറയാനാണ് അയാൾ വിളിച്ചത്. അത് കഴിയുമ്പോഴേക്കും സമയം നാലരയായി. അടുത്ത മുറിയിലെത്തിയ സന്ദീപ്മാഷ് സിമന്റ് കലവകളെല്ലാം തീർന്നിരിക്കുന്നതിനെയാണ് കണ്ടത്. പണിക്കാർ കാല്യകൾ കഴുകി തിരിച്ചപോകാനുള്ള തയ്യാറെട്ടുപ്പിലാണ്.

അന്നത്തെ കൂലി കണക്കാക്കിയ സന്ദീപ്മാഷ് പേഴ്സ് തുറന്ന് കൃത്യമായി പണം എണ്ണി തുടങ്ങി.

<h1 style="text-align:center">ഏഴ്</h1>

മാരിയമ്മൻകോവിലിൽ പൂജയും പൊങ്കലുമാണ്. അതുകൊണ്ട് കെട്ടുപണിക്കാരും സഹായികളും അഞ്ചുദിവസം പണിക്ക വന്നില്ല. കരാർപണിക്കാരായ ആശാരിമാർ ഒരു മുടക്കവും ഇല്ലാതെ പണിയെടുക്കുകയാണ്. അവർ നാല്പേർ സമയം കളയാതെ പണിയെടുക്കുന്നു. പലപ്പോഴും പൊന്മലആശാരി രാത്രി ഏഴുമണിയോടെയാണ് വീട്ടിലേക്ക് പോകുക. അയാളുടെ മകൾ പ്രസവത്തിന വന്നിരിക്കുന്നു. അയാൾ എന്തെങ്കിലും കരുതിവെയ്ക്കാനുള്ള തയ്യാറെടുപ്പിലാണ്.

എല്ലാ പണിക്കാരുടെയും സ്ഥിതി വല്ലാതെ മാറിയിരിക്കുന്നു. അവർ നിശ്ചയിക്കുന്ന തുകയാണ് എല്ലാവരും പണിക്കൂലിയായി നൽകുന്നത്. സർക്കാർ കൂലി നിശ്ചയിച്ചിട്ടുണ്ടെങ്കിലും അതിന്റെ രണ്ടിരട്ടിയാണ് അവരുടെ പണിക്കൂലി. പണിയെടുക്കാനുള്ള സമയത്തെ ഒന്നും അവർ പാലിക്കാറില്ല. ആർക്കോ വേണ്ടിയും ആരെയോ ബോധിപ്പിക്കാൻ വേണ്ടിയുമാണ് അവർ പണിയെടുക്കുന്നത്. എങ്കിലും യാതൊരു കുറവും ഇല്ലാതെ കൂലി വാങ്ങുന്നുണ്ട്. എന്നാൽ അതൊന്നും വീട്ടുകളിലല്ല എത്തുന്നത്. മദ്യത്തിലും ലോട്ടറിയിലും ചായക്കടകളിലുമായി അവരുടെ പണിക്കൂലി വീതിക്കപ്പെട്ടുകയാണ്. കരുതിവെയ്ക്കുകൾ ആവശ്യമില്ലാത്ത ചുറ്റുപാട്ടുകളാണ് അവർക്കുള്ളത്.

കണക്കസിന് കൂഴി എടുക്കുമ്പോഴാണ് പണിക്കാരുടെ അവസ്ഥയെ സന്ദീപ്മാഷ് കൂടുതലായി അറിഞ്ഞത്. അച്ഛനും അമ്മയും മകനും അടക്കം മൂന്നുപേരാണ് ഒരു കുടുംബത്തിൽ നിന്നും പണിക്ക വന്നത്. മറ്റ പലരും വേറെയുമുണ്ട്. കൂടുതൽ അന്വേഷിച്ച സന്ദീപ്മാഷിന് മറ്റൊരു മകൻ വേറെ പണിസ്ഥലത്താണെന്നും അറിയാൻ കഴിഞ്ഞു.

അതോടെ സന്ദീപ്മാഷ് കൂടുതൽ അമ്പരക്കുകയാണ് ചെയ്തത്. പിന്നീട് പണിക്കാരുടെ ശീലങ്ങളെക്കുറിച്ച് അയാൾ കൂടുതൽ അന്വേ ഷിച്ച തുടങ്ങി. മൊത്തം കൂലി കണക്കാക്കുമ്പോൾ പലർക്കും നല്ല വരുമാനമാണുള്ളത്. പക്ഷേ അവരുടെ ശീലങ്ങളാണ് പ്രശ്നങ്ങൾ ഉണ്ടാക്കുന്നത്.

അവർക്ക് പലപ്പോഴും അത്യാവശ്യത്തിന് വട്ടിപലിശക്കാരിൽ നിന്ന് പണം കടംവാങ്ങേണ്ടി വരുന്നു. കരുതിവെയ്പ്പുകൾ ഇല്ലാത്ത അവരുടെ ജീവിതത്തിന് കാരണം സാമൂഹ്യസുരക്ഷിതത്വം തന്നെയാണ്. ഇങ്ങനെ

ജീവിച്ചാൽ മതി എന്ന തോന്നലാണ് അവർക്കുള്ളത്. പലപ്പോഴും അവരുടെ മക്കളും അതുതന്നെയാണ് ആഗ്രഹിക്കുന്നത്.

സ്വന്തം ജീവിതാവസ്ഥയെ സന്ദീപ്മാഷ് ചിന്തിച്ചുതുടങ്ങി. വളരെ യധികം കരുതലോടെയാണ് അയാൾ ജീവിക്കുന്നത്. അത്യാവശ്യ ചെലവുകൾ അല്ലാതെ അനാവശ്യമായി യാതൊന്നിനു വേണ്ടിയും മാഷ് പണം ചെലവഴിക്കില്ല. സ്കൂളിൽ പിശുക്കനായാണ് അറിയപ്പെടുന്നത്. എങ്കിലും അതിനെക്കുറിച്ച് അയാൾക്ക് യാതൊരു വിഷമവുമില്ല. രണ്ടു പെൺമക്കളുടെ ജീവിതമാണ് അയാളുടെ മുമ്പിലുള്ളത്. അയാളുടെ കരുതലുകളെല്ലാം അവർക്ക് വേണ്ടിയുള്ളതാണ്.

വീടുകെട്ടി കഴിയുന്നതോടെ സന്ദീപ്മാഷിന്റെ നിക്ഷേപങ്ങളെല്ലാം തീരും. അയാൾക്ക് ഇനി പതിനാലുവർഷമാണ് സ്കൂളിൽ ജോലി ചെയ്യാൻ കഴിയുക. പി.എഫിൽ കുറച്ചു പണമുണ്ട്. അതിനെ തൊട്ടു കളിക്കാൻ അയാൾ ആഗ്രഹിക്കുന്നില്ല. അതു നടക്കില്ലെന്ന് മാഷിന് അറിയാം. മക്കളുടെ വിദ്യാഭ്യാസത്തിന് പി.എഫിൽ നിന്ന് പണം എടുക്കേണ്ടി വരും. പിന്നെ അവരുടെ വിവാഹത്തിനുള്ള പണം കണ്ടെ ത്തണം.

ഒരാളുടെ വരുമാനം കൊണ്ട് കുടുംബകാര്യങ്ങളെല്ലാം ഭംഗിയായി നടത്തണം. അതുകണ്ട് സേതുമാഷ് എപ്പോഴും അത്ഭുതപ്പെടാറുണ്ട്. അയാൾക്ക് ശമ്പളം മാത്രമല്ല വരുമാനമായുള്ളത്. നെൽകൃഷിയും തെങ്ങുകളുമുണ്ട്. എന്നിട്ടും പലപ്പോഴും സാമ്പത്തികപ്രശ്നങ്ങൾ ഉണ്ടെ ന്നാണ് അയാൾ പറയുന്നത്.

എന്നാൽ പണിക്കാർക്ക് ഇതൊന്നും ബാധകമല്ല. ആഹാരത്തിനു ള്ള അരി അവർക്ക് സൗജന്യമാണ്. ഭാവിയെക്കുറിച്ച് ആശങ്ക വേണ്ട. സ്ഥലവും വീടും എല്ലാം സൗജന്യമായാണ് ലഭിക്കുന്നത്. ചികിത്സപോ ലും സൗജന്യമാണ്. വിവാഹത്തിനും മരണത്തിനും ധനസഹായമുണ്ട്. അതുകൊണ്ട് അവർക്ക് കരുതലുകളില്ലാതെ ജീവിക്കാൻ കഴിയും. അവർ പരിമിതമായ വരുമാനത്തെയാണ് രേഖകളിൽ കാണിക്കുന്നത്.

എന്നാൽ ഇടത്തരക്കാരുടെ അവസ്ഥയാണ് കൂടുതൽ ദയനീയം. സാമൂഹ്യമാന്യതയാണ് അവരുടെ ഏറ്റവും വലിയ പ്രശ്നം. എവിടെയും സൗജന്യങ്ങളില്ല. എല്ലാം പണമിറക്കി തന്നെയാണ് ചെയ്യേണ്ടത്. അതിനുവേണ്ടി പലപ്പോഴും ജീവിതാവസാനം വരെ അവർക്ക് കടബാ ദ്ധ്യതകളെ ചുമക്കേണ്ടിവരുന്നു.

സന്ദീപ്മാഷ് വീണ്ടും തന്റെ ചുറ്റുപാടുകളെക്കുറിച്ച് ചിന്തിച്ചുകൊണ്ടി രുന്നു. വീടുകെട്ടി തുടങ്ങിയതോടെ അയാൾ അതിന്റെ ബദ്ധപ്പാടിൽ

 മാംസപ്പൂക്കൾ

മുഴകിയിരിക്കുന്നു. മക്കളുടെ കാര്യങ്ങളെക്കുറിച്ച് പോലും അന്വേഷി ക്കാൻ അയാൾക്ക് സമയമില്ല. അനഘ ഇപ്പോൾ പ്ലസ് വണ്ണിലാണ് പഠിക്കുന്നത്. അംഗിത വലിയവളായിരിക്കുന്നു. ഇതിനെക്കുറിച്ചെല്ലാം ഇപ്പോൾ സുമയാണ് വെവലാതിപ്പെടുന്നത്. സന്ദീപ്മാഷിനു വീടുകെട്ടി ത്തീർക്കുകയാണ് പ്രധാന പ്രശ്നം.

കക്കൂസിന് കുഴി എടുത്തതിനശേഷം പണിക്കാർ ചുറ്റപാട്ടുകളിൽ മരപ്പലക അടിച്ച് കോൺക്രീറ്റ് ചെയ്യാൻ തയ്യാറായി. അപ്പോഴും കെട്ടുപണിക്കാർ വന്നിട്ടില്ല. ഇലക്ട്രീഷ്യനും സഹായികളും മാരിയമ്മൻ കോവിലിലെ വിശേഷങ്ങളിൽ തന്നെയാണ്. അവരും പണിക്കവരാതെ ഒഴിവെടുത്തിരിക്കുന്നു.

ദിവസങ്ങൾ കഴിഞ്ഞെങ്കിലും സന്ദീപ്മാഷ് മേൽക്കൂരയെയും ചുറ്റപാ ട്ടുമുള്ള ചുമരുകളെയും നനച്ചു. മുറികളെയും അയാൾ ഒഴിവാക്കിയില്ല. ആശാരിമാർ വലിച്ചുകെട്ടിയ ഷെഡ്ഡിൽ പണിയെടുക്കുകയാണ്.

വീട്ടുകാര്യങ്ങളിൽ എപ്പോഴും സന്ദീപ്മാഷ് പ്രത്യേകം ശ്രദ്ധിക്കാറുണ്ട്. സുമ പറയുന്നത് അനുസരിച്ചാണ് അയാൾ സാധനങ്ങൾ വാങ്ങിക്കുക. അവൾ അനാവശ്യമായി യാതൊന്നും വേണമെന്ന് പറയാറില്ല. മക്കളുടെ കാര്യത്തിൽ സന്ദീപ്മാഷിന് പ്രത്യേക ശ്രദ്ധയാണുള്ളത്. ഇപ്പോൾ എല്ലാത്തിനും മുടക്കം വന്നിരിക്കുന്നു. ഒരാളെക്കൊണ്ട് എല്ലാം നടത്തുക വല്ലാത്ത പ്രയാസമാണ്. സേതുമാഷ് സഹായത്തിനുള്ളത് തന്റെ ഭാഗ്യമാണെന്ന് അയാൾ കരുതി.

അന്ന് നേരത്തെയാണ് സന്ദീപ്മാഷ് വീട്ടിൽ എത്തുന്നത്. ആശ്വാസ ത്തോടെ അയാൾ വിസ്തരിച്ച് കുളിച്ചു. ഭാര്യയോടും മക്കളോടും വിശേഷ ങ്ങൾ അന്വേഷിക്കുകയും ചെയ്തു.

ടിവി കണ്ട് വെറുതെ ഇരിക്കുമ്പോഴാണ് സന്ദീപ്മാഷ് മുൻഭാഗത്തു നിന്ന് ഇലക്ട്രീഷ്യന്റെ വിളികേട്ടത്. ഇലക്ട്രീഷന്റെ കൂടെ മറ്റൊരാളുണ്ട്. ടൈൽസ് പണിക്കാരൻ ആണെന്നുപറഞ്ഞ് ഇലട്രീഷ്യൻ പരിചയപ്പെ ടുത്തിയപ്പോൾ സന്ദീപ്മാഷ് അവരോട് ഇരിക്കാൻ പറഞ്ഞു. അവർ രണ്ടുപേരും ഭവ്യതയോടെ അവിടെനിന്നു.

ഇലക്ട്രീഷ്യൻ വാങ്ങേണ്ട സാധനങ്ങളുടെ പട്ടിക സന്ദീപ്മാഷിനെ ഏൽപ്പിച്ചു. ഇടർന്ന് അയാൾ പറഞ്ഞു:

'ഇത് ഹേമചന്ദ്രൻ. നല്ല ടൈൽസുണിക്കാരനാണ്. മാഷ് പണികൊ ടുക്കണം. അതിനുവേണ്ടി എന്റെ കൂടെ വന്നതാണ്.'

മറുപടി പറയാൻ സന്ദീപ്മാഷ് തയ്യാറായില്ല. സേതുമാഷിന്റെ പരി ചയത്തിൽ ടൈൽസ് പണിക്കാരൻ ഒന്നുമില്ല. സന്ദീപ്മാഷ് ടൈൽസ്

പണിക്കാരനെ അന്വേഷിക്കുന്നത് അറിഞ്ഞാണ് ഹേമചന്ദ്രൻ വന്നിരി
ക്കുന്നത്.

ഹേമചന്ദ്രന്റെ മുൻപരിചയം അറിയാൻ വേണ്ടി അയാൾ ടൈൽസ്
വിരിച്ച ഏതെങ്കിലും വീടിനെ കാണാമെന്ന് സന്ദീപ്മാഷ് പറഞ്ഞു.
അപ്പോൾതന്നെ അവർ അതിന് തയ്യാറായി. തുടർന്ന് സന്ദീപ്മാഷ്
ബൈക്കിൽ അവരുടെ പിന്നാലെ പുറപ്പെട്ടു.

ഒന്നാമത്തെ വീട്ടിൽ എത്തിയപ്പോൾ ഹേമചന്ദ്രൻ തന്റെ വരവിന്റെ
കാരണങ്ങളെ അവരെ അറിയിച്ചു. തുടർന്ന് അവർ മറ്റൊരു വീടിനെയും
കണ്ടു. മാഷിന് ടൈൽസ് വിരിച്ചതിൽ യാതൊരു കുറവും കണ്ടെത്താ
നായില്ല. സ്വാഭാവികമായും അയാൾ സംതൃപ്തനായിരുന്നു.

പിറ്റേന്ന് പണിസ്ഥലത്ത് വെച്ച് കാണാമെന്ന പറഞ്ഞാണ് അവർ
പിരിഞ്ഞത്. വളരെ മുമ്പ തന്നെ ടൈൽസ്ണിയെ സംബന്ധിച്ച
ഏകദേശധാരണ നേടാൻ സന്ദീപ്മാഷ് ശ്രമിച്ചിരുന്നു. അടി കണക്ക്
നിശ്ചയിച്ചാണ് അവർ കൂലി കണക്കാക്കിയത്. വളരെ കുറച്ച് തുകയാണ്
അയാൾ അടിക്ക പറഞ്ഞത്. പണിയുടങ്ങി ദിവസക്കൂലി നൽകുന്ന
തോടെ കരാറിന്റെ കണക്കുതെറ്റുമെന്ന് സന്ദീപ്മാഷിന് അനുഭവങ്ങ
ളിൽ കൂടെ അറിയാം.

പിറ്റേന്ന് രാവിലെ സന്ദീപ്മാഷ് പണിസ്ഥലത്ത് എത്തി. ആശാരിമാർ
നേരത്തെ വന്നിട്ടുണ്ട്. അവർ പണി തുടരുകയാണ്. ടൈൽസിന്റെയും
മറ്റും അടിക്കണക്ക് എടുക്കാൻ വേണ്ടി സന്ദീപ്മാഷ് ഹേമചന്ദ്രനെ
വീടിന്റെ ഉള്ളിലേക്ക് പറഞ്ഞുവിട്ടു. ഇലക്ട്രീഷ്യനും കൂടെയാണ് മുറിക
ളെല്ലാം അളക്കുന്നത്.

ആളൊഴിഞ്ഞ സ്ഥലംനോക്കി നടന്ന സന്ദീപ്മാഷ് സേതുമാഷിന്
ഫോൺ ചെയ്തു. അയാൾ നേരത്തെ എത്താമെന്നാണ് പറഞ്ഞത്.
പ്രശ്നം എന്തെങ്കിലും ഉണ്ടോ എന്നറിയാനാണ് മാഷ് ഫോൺ ചെയ്തത്.
സേതുമാഷ് ഉടനടി എത്താമെന്ന പറഞ്ഞു. ടൈൽസ്കാരനെക്കുറിച്ച്
പറഞ്ഞപ്പോൾ മുറികളുടെ അളവുകൾ എടുക്കാനാണ് അയാൾ ആവശ്യ
പ്പെട്ടത്. അപ്പോൾ ഒരു പെട്ടിഓട്ടോയിൽ ഇലക്ട്രിക്കൽ സാധനങ്ങളും
ടൈൽസും എല്ലാം ഒന്നിച്ച കൊണ്ടുവരാമെന്ന് സേതുമാഷ് പറഞ്ഞു.

സേതുമാഷിന്റെ തീരുമാനത്തെ സന്ദീപ്മാഷിന് ഉടനടി നടപ്പാക്കാ
നായില്ല. ഒരു സ്ഥിരനിക്ഷേപത്തിന്റെ തിയ്യതി പൂർത്തിയാകുന്നത് ഒരാഴ്ച
കഴിഞ്ഞാണ്. ടൈൽസ് പണി അടുത്താഴ്ച തുടങ്ങാം.

ഇത്തരമൊരു തീരുമാനത്തോടെയാണ് അവർ ഇലക്ട്രിക് സാധ
നങ്ങൾ വാങ്ങാൻ പോകുന്നത്. ഒരു പെട്ടിഓട്ടോയെ അവർ കൂടെ

 മാംസഭുക്കുകൾ

കൂട്ടുകയും ചെയ്തു. കൃഷ്ണൻകുട്ടിയെ മൊബൈലിൽ വിളിച്ച് പിറ്റേന്ന് പണിക്കവരാൻ സന്ദീപ്മാഷ് നിർബ്ബന്ധിച്ചു പറഞ്ഞു.

ഇലക്ട്രിക്കൽ സാധനങ്ങൾ വാങ്ങാൻ സുമയെ വിളിക്കണമെന്ന് സന്ദീപ് മാഷ് വിചാരിച്ചതാണ്. തന്റെ ഇഷ്ടം നോക്കിയാൽ ചെലവു കൂട്ടമെന്നാണ് അവൾ പറഞ്ഞത്.

ഇടത്തരം സാധനങ്ങളാണ് സന്ദീപ്മാഷ് വാങ്ങിച്ചത്. സേതുമാഷാണ് സാധനങ്ങളെ തെരഞ്ഞെടുത്തത്. മികച്ച വയറുകളെയാണ് അവർ വാങ്ങിയത്. അത്യാവശ്യം ഫാൻസി വിളക്കുകളെയും മാഷ് വാങ്ങിച്ച . ഏകദേശം പണം കണക്കാക്കിയശേഷം അവർ ഒരു വാട്ടർഹീറ്റർ തെരഞ്ഞെടുത്തു. വയറിംഗിനുള്ള പൈപ്പുകളെ അവർ നേരത്തെ വാങ്ങിച്ചിരുന്നു. അതിനെ ചുവരുകൾ തേയ്ക്കുന്നതിന് മുമ്പ് ഇലട്രീഷൻ ഘടിപ്പിക്കുകയും ചെയ്തു.

നല്ല വിശപ്പ് ഉണ്ടായിരുന്നെങ്കിലും അവർ വണ്ടി എവിടെയും നിർത്തി യില്ല. വണ്ടിയിൽ സാധനങ്ങൾ വെച്ച് ഊണ് കഴിക്കുക ചിലപ്പോൾ അബദ്ധമാകുമെന്ന് അവർക്ക തോന്നി. പെട്ടിഓട്ടോയെ പറഞ്ഞു വിട്ടതിനുശേഷമാണ് അവർ വീടുകളിലേക്ക് മടങ്ങുന്നത്. അതിനുമുമ്പ് സാധനങ്ങളെ എല്ലാം സന്ദീപ്മാഷ് ഒരു മുറിയിൽ വെച്ചു.

ഉച്ചയൂണ് കഴിഞ്ഞ് സന്ദീപ്മാഷ് വെറുതെ കിടന്നു. അയാൾക്ക് ചെറുതായി കണ്ണടയ്ക്കാൻ പോലും കഴിഞ്ഞില്ല. മനസ്സിൽ മുഴുവൻ വീട് കെട്ടലിന്റെ കണക്കുകൂട്ടലുകളാണ്. ഇപ്പോൾ തന്നെ ചെലവ് പരിധിവിട്ട് കൂടിയിരിക്കുന്നു. എങ്കിലും അയാൾ അനാവശ്യചെലവുകളെ പരമാവധി ഒഴിവാക്കുന്നുണ്ട്.

സന്ദീപ്മാഷ് ഉറങ്ങാതെ വെറുതെ കിടക്കുന്നത് കണ്ടപ്പോൾ സുമ അടുത്തെത്തി. അവൾ പതുക്കെ ചോദിച്ചു:

'ക്ഷീണിച്ചോ ? ഞാൻ എന്തെങ്കിലും ചെയ്താൽ ചെലവു കൂടുകയേ ഉള്ളൂ.'

അയാൾ അവളെ നെഞ്ചോട ചേർത്തുപിടിച്ച് വെറുതെ കിടന്നു. സുമ എന്നും സന്ദീപ്മാഷിന് ആശ്വാസമായിരുന്നു. അവളാണ് അയാളുടെ ജീവിതത്തിൽ സ്വകാര്യമായ ഒരു ലോകം ഉണ്ടാക്കി കൊടുത്തത്. പ്ര ണയമാണ് ജീവിതത്തിന്റെ അടിവേരുകളെന്ന് അവളാണ് അയാളെ പഠിപ്പിച്ചത്.

'സേതുമാഷ് സഹായത്തിനുള്ളത് വലിയൊരു ആശ്വാസമായി. ഒറ്റയ്ക്ക് വീട്ടുകെട്ടാൻ പറ്റില്ല. സഹായത്തിന് ആരെങ്കിലും വേണം.'

'ഇപ്പോൾ ഇതുവരെ എത്ര ചെലവായി കാണും ?'

സുമയുടെ ചോദ്യത്തിന് സന്ദീപ്മാഷ് മറുപടി പറഞ്ഞില്ല. ചെലവു ചെയ്ത കണക്കുകളെ അയാൾക്ക് കൃത്യമായി അറിയില്ല. ശമ്പളവും ബാങ്ക് നിക്ഷേപവും ലോണുമെല്ലാം വീട്ടുകെട്ടാൽ ഉപയോഗിച്ചിട്ടുണ്ട്. വീട്ടുചെലവുകൾ കിഴിച്ചാൽ ബാക്കിയുള്ളതാണ് വീട്ടുകെട്ടാനുള്ള ചെലവ്. എല്ലാകണക്കുകളും ദിവസവും സന്ദീപ്മാഷ് ഒരു ഡയറിയിൽ എഴുതാറുണ്ട്. എന്നും അവയെ കൂട്ടികിഴിച്ച് പരിശോധിക്കണമെന്ന് അയാൾ വിചാരിക്കാറുള്ളതാണ്. എന്നാൽ പണിസ്ഥലത്തു നിന്ന് വീട്ടിലെത്തുമ്പോഴേക്കും മാഷ് വല്ലാതെ തളർന്നിരിക്കും.

വൈകുന്നേരത്താണ് സന്ദീപ്മാഷ് പണിസ്ഥലത്ത് എത്തുന്നത്. മിക്ക ആശാരിമാരും പോയിരിക്കുന്നു. പൊന്മലആശാരിയും ഒരു സഹായിയു മാണ് പണി ചെയ്ത കൊണ്ടിരിക്കുന്നത്. രാവിലെ പോകുമ്പോൾ തന്നെ അന്നത്തെ എല്ലാവരുടെയും കൂലിയെ അയാൾ പൊന്മലആശാരിയെ ഏൽപ്പിച്ചിരുന്നു.

സന്ദീപ്മാഷ് ചുവരുകൾ മുഴക്കെ നനച്ചു. അയാൾ ചുറ്റപാട്ടുകളെ ചെറുതായി പരിശോധിക്കുകയും ചെയ്തു. മണലും സിമന്റും എല്ലാം ധാരാളമുണ്ട്. അതിനു വിഷമം ഇനി ഉണ്ടാവില്ല. മണൽ ചലിച്ച് വൃത്തി യാക്കിയിട്ടുണ്ട്.

സന്ദീപ്മാഷ് ഇനി അടുത്തത് എന്താണെന്നു ചിന്തിച്ച കണക്കുകൂട്ടി. മുറികളിൽ എത്രയും വേഗം സിമന്റ് കലവ ഇടണം. അതിനശേഷമാണ് ടൈൽസ് വിരിക്കേണ്ടത്. പണികൾ വൈകുന്തോറും സന്ദീപ്മാഷിന് പേടിയാണ്. അതോടെ അനാവശ്യ ചെലവുകൾ കൂടും. പല ചെലവുക ളെയും വീട്ടുപണിയിൽ കണക്കാക്കാനാവില്ല.

പിറ്റേന്ന് വളരെ നേരത്തെയാണ് സന്ദീപ്മാഷ് പണിസ്ഥലത്ത് എത്തുന്നത്. സിമന്റ് വെച്ചിരുന്ന ഷെഡ് അയാൾ തുറന്നുവെച്ചു. ഇലക്ടി ക്കൽ സാധനങ്ങൾ വെച്ച മുറിയും അയാൾ തുറന്നു.

കൃഷ്ണൻകുട്ടിയും സഹായികളും എത്തുമ്പോൾ സമയം ഒമ്പത് കഴിഞ്ഞി രുന്നു. അവരുടെ തയ്യാറെടുപ്പുകൾ കഴിയുമ്പോഴേക്കും ഒമ്പതരയായി. പിന്നീട് കൃഷ്ണൻകുട്ടി സാധനങ്ങൾ വാങ്ങിക്കാൻ സന്ദീപ്മാഷിനെ ടൗണിലേക്ക് അയച്ചു.

രണ്ട കടയിൽ കയറുമ്പോഴേക്കും അരമണിക്കൂർ ഇഴഞ്ഞുനീങ്ങി. പണിസ്ഥലത്ത് എത്തുമ്പോഴും പണിക്കാർ കലവ കലക്കി കൊണ്ടി രിക്കുകയാണ്. ഉള്ളിൽ വിമ്മിഷ്ടം ഉണ്ടെങ്കിലും അത് അയാൾ പുറമേയ്ക്ക് പ്രകടിപ്പിച്ചില്ല. കൃത്രിമമായ ഒരു പുഞ്ചിരിയെ മുഖത്ത് വെച്ചപിടിപ്പിക്കാൻ സന്ദീപ്മാഷ് എപ്പോഴും ശ്രമിച്ചു. ഇത്തരമൊരു ശീലം വീട്ടുപണിയോട

മാംസഭക്ഷകൾ

കൂടി അയാൾ ഉണ്ടാക്കിയെടുത്തതാണ്.

പതിനൊന്നു മണിയോടെയാണ് ഇലക്ട്രീഷ്യനും സഹായികളും വരുന്നത്. അവർ കുറേനേരം സാധനങ്ങളെ പരിശോധിച്ചുകൊണ്ടിരുന്നു. അതിനുശേഷം അവർ പൈപ്പുകളിലേക്ക് എർത്ത് കമ്പികളും വയറുകളും കയറ്റിത്തുടങ്ങി. എവിടെയെങ്കിലും തടസ്സങ്ങൾ ഉണ്ടായാൽ തേയ്പ്പുകഴിഞ്ഞ ചുവരിൽ വീണ്ടും താരയിടണമെന്ന ചിന്ത മാഷിനെ വിഷമിപ്പിച്ചു. എന്നാൽ അങ്ങനെ ഒന്നും സംഭവിച്ചില്ല.

ഇപ്പോൾ കൃഷ്ണൻകുട്ടി കൂടുതൽ ആളുകളുമായാണ് പണിക്ക് വന്നിരിക്കുന്നത്. അവർ വന്ന കഴിഞ്ഞതും പെട്ടിഓട്ടോയിൽ മുളകളും എത്തി. പെട്ടെന്നു തന്നെ അവർ മുളകളെ ഇറക്കിവെച്ചു. ചിലർ മുളകൾ കൊണ്ട് ചാരംകെട്ടാൻ ആരംഭിച്ചു. മുകളിൽ നിന്നാണ് അവർ സിമന്റ് തേയ്ച്ച് ഇറക്കാൻ ശ്രമിക്കുന്നത്. കൃഷ്ണൻകുട്ടിയും മറ്റും മുറികളിൽ പണിയെടുക്കുകയാണ്.

പുതുതായി ഒന്നും സംഭവിക്കാത്തതുപോലെയാണ് ഗൗരി കൃഷ്ണൻകുട്ടിയുടെ കയ്യാളായി പണിയെടുക്കുന്നത്. വിവരമറിഞ്ഞതോടെ പണിക്കാരുടെ എല്ലാ ഇടപാടുകളെയും സംശയത്തോടെ സന്ദീപ്മാഷ് കണ്ടുതുടങ്ങി. അത്തരം കാഴ്ചകളെല്ലാം തന്നെ തന്റെ തെറ്റിദ്ധാരണകളാണെന്ന് അയാൾക്ക് തോന്നി. എന്നാൽ പലതും അയാളുടെ ധാരണകളെ ശരിവെയ്ക്കുന്നതാണ്.

വീടുകെട്ടി തുടങ്ങിയതോടെ പണിക്കാരെക്കുറിച്ചുള്ള സന്ദീപ്മാഷിന്റെ കാല്പനികധാരണകൾ ഇല്ലാതായി. യാഥാർത്ഥ്യങ്ങൾ വേദനിപ്പിക്കുന്ന അനുഭവങ്ങളായി അയാളുടെ മുമ്പിലുണ്ട്. എന്താണ് തൊഴിലാളികൾക്ക് സംഭവിച്ചതെന്ന് സന്ദീപ്മാഷ് എപ്പോഴും ചിന്തിച്ചുകൊണ്ടിരുന്നു. അപൂർണ്ണമായ ചില ഉത്തരങ്ങൾ അയാൾക്ക് ലഭിച്ചു.

മുൻകാലങ്ങളിൽ പരിസരബോധവും സ്വാർത്ഥതാല്പര്യങ്ങളും ഇല്ലാതെ പണിയെടുക്കാനാണ് മേലാളർ കീഴാളരോട് പറഞ്ഞുകൊണ്ടിരുന്നത്. അവർക്ക് സ്വപ്നങ്ങൾ കാണാൻ പോലും അവകാശവും അവസരവും ഉണ്ടായിരുന്നില്ല. സ്വന്തം കർമ്മത്തിന്റെ ഫലത്തെക്കുറിച്ച് അവർക്ക് ചിന്തിക്കാനായില്ല. ജാതീയമായ ചട്ടക്കൂട്ടിൽ ജീവിച്ച അവർ കർമ്മം ചെയ്യുക മാത്രമാണ് ചെയ്തത്. അതിന്റെ ഫലം അനുഭവിച്ചത് മേലാളൻമാത്രമാണ്.

അതിനുശേഷം അവരുടെ ജീവിതത്തിൽ പല മാറ്റങ്ങളും ഉണ്ടായി. പിന്നീട് അവരുടെ ഇടയിലേക്ക് കമ്മ്യൂണിസം കടന്നുവന്നു. അതോടെ കർമ്മങ്ങൾക്ക് പകരം അവകാശങ്ങളാണ് സ്ഥാനം പിടിക്കുന്നത്.

തുടർന്ന് അവർ പല അവകാശങ്ങളെയും നേടിയെടുത്തു. ഇപ്പോൾ അവരാണ് കൂലി നിശ്ചയിക്കുന്നത് പോലും. എല്ലാ കക്ഷികളും വോട്ടി നുവേണ്ടി അവരെ നിരന്തരം തൃപ്തിപ്പെടുത്താൻ ശ്രമിക്കുകയാണ്.

തന്റെ മനസ്സിനെ പിടിച്ചലച്ച ഒരു സംഭവത്തെക്കുറിച്ച് സന്ദീപ്മാഷ് ചിന്തിച്ചുതുടങ്ങി. അയാൾ അത്യാവശ്യ സാധനങ്ങൾ വാങ്ങിക്കാനായി നഗരത്തിലേക്ക് പോയതാണ്. കൃഷ്ണൻകുട്ടിയും നാലു പണിക്കാരും മാത്രമാണ് പണിയെടുക്കുന്നത്. അവരോട് ഒന്നും പറയാതെയാണ് അയാൾ പോകുന്നത്. പിന്നീട് സാധനങ്ങളുമായി രണ്ടു മണിക്കൂർ കഴിഞ്ഞാണ് സന്ദീപ്മാഷ് തിരിച്ചെത്തുന്നത്.

ദൂരെനിന്നു തന്നെ സന്ദീപ്മാഷിന്റെ വരവു കണ്ട ഗൗരി ഉച്ചത്തിൽ വിളിച്ചുപറയുന്നത് കേട്ടു. മാഷ് വരുന്നുണ്ടെന്നാണ് അവൾ പറഞ്ഞത്. അതോടെ അവർ തിടുക്കത്തിൽ പണിതുടങ്ങി. വീടുപണി സ്ഥലത്തെ ത്തിയ അയാൾ ചുറ്റുപാടുകളെ സൂക്ഷ്മമായി പരിശോധിച്ചു. മാഷ് പോകു ന്നതിനു മുമ്പ് എവിടെയാണോ പണിചെയ്തുകൊണ്ടിരുന്നത് ഇപ്പോഴും അവിടെ തന്നെയാണ് പണി നിൽക്കുന്നത്. അപ്പോൾ ഇത്രയും നേരം അവരെല്ലാം വെറുതെ ഇരിക്കുകയാണെന്ന് സന്ദീപ്മാഷ് തിരിച്ചറിഞ്ഞു. അതയാളെ വല്ലാതെ വിഷമിപ്പിച്ചു.

പെട്ടെന്നാണ് സന്ദീപ്മാഷിന്റെ മനസ്സിലേക്ക് മറ്റൊരു ചിന്ത കടന്നു വരുന്നത്. കഷ്ടപ്പാടുകൾ ഉണ്ടെങ്കിലും ആഗ്രഹങ്ങളെ സാധിക്കാനുള്ള തീവ്രശ്രമങ്ങൾ എല്ലാവർക്കും സംതൃപ്തി നല്കുന്നതാണ്. ആഗ്രഹങ്ങൾ ഉണ്ടാകുന്നതോടെ അതിനെ നേടാനുള്ള വഴികൾ കണ്ടെത്താൻ ശ്രമി ക്കുന്നു.

ഇവിടെ പണിക്കാർക്ക് അതിന്റെ ഒന്നും ആവശ്യമില്ല. എല്ലാം സൗജന്യമായി ലഭിക്കുന്നു. അവകാശങ്ങൾ മാത്രം പറയുന്ന അവർ ആത്മാർത്ഥതയും ആത്മാഭിമാനവും ഇല്ലാത്ത ആൾക്കൂട്ടമായി അധഃ പതിച്ചിരിക്കുന്നു.

ഇതിന് ആരാണ് കുറ്റക്കാരെന്ന് അന്വേഷിച്ച സന്ദീപ്മാഷിന് എല്ലാ രാഷ്ട്രീയപാർട്ടികളും എന്നാണ് ഉത്തരം ലഭിച്ചത്. പെട്ടെന്നാണ് അയാളുടെ മനസ്സിലേക്ക് മറ്റൊരു ചിന്തകടന്നു വന്നത്.

ഫ്യൂഡൽകാലഘട്ടത്തിൽ കേരളത്തിൽ ഉണ്ടായിരുന്ന ഭൂമിയുടെ ഉടമാവകാശങ്ങളെക്കുറിച്ച് സന്ദീപ്മാഷ് ആലോചിച്ചു. ഒരു വിഭാഗം ദേവസ്വം ഭൂമിയാണ്. മറ്റൊന്ന് ബ്രാഹ്മണരുടെതാണ്. അതിനു ശേഷമാണ് രാജാവിന് അവകാശപ്പെട്ട ഭൂമി. പിന്നീട് അമ്പലവാസി കളുടെ വിരുത്തിയാണ്.

      മാംസപ്പൂക്കൾ

ഇത്തരം ഭൂമിവിതരണക്രമത്തെ ആർക്കും കൈമാറാനാവില്ല. കുടിയാനെ തരംപോലെ ജന്മികൾക്ക് കൈമാറാനാകും. എന്നാൽ അടിയാളനായ കീഴാളൻ എപ്പോഴും കൃഷിഭൂമിയിലെ സ്ഥിരം പണിക്കാരനാണ്. കുടിയാൻ മാറിയാലും കീഴാളൻ കൃഷിഭൂമിയുടെ അടിയാളൻ തന്നെയാണ്.

എന്നാൽ കമ്മ്യൂണിസ്റ്റുകാർ ഭൂപരിഷ്കരണം നടപ്പിലാക്കിയതോടെ കുടിയാന്മാർ കൃഷിഭൂമിയുടെ ഉടമകളായി. കൃഷിഭൂമിയുടെ അടിയാളന്മാരായ കീഴാളർ തറിക്കത്ത് അവകാശങ്ങളിലും മിച്ചഭൂമികളിലും ഒതുങ്ങി. അതോടെ അവർ സൗജന്യങ്ങളുടെ പട്ടികയിലേക്ക് തരംതാഴ്ന്നു. അടിയാളരായ കീഴാളരെ കൃഷിഭൂമിയുമായുള്ള ബന്ധത്തിൽ നിന്ന് വെട്ടിമാറ്റാനും പുത്തൻ ഭൂഉടമകൾക്കു കഴിഞ്ഞു.

ഒരിക്കലും സവർണ്ണർ എവിടേയും രക്തസാക്ഷികൾ ആകുന്നില്ല. സവർണ്ണരുടെ നിർദ്ദേശങ്ങൾ അനുസരിക്കുന്ന കീഴാളരാണ് രക്തസാക്ഷികൾ ആകുന്നത്. അങ്ങനെയാണ് രക്തസാക്ഷികളായ കീഴാളർ ക്ക് അവകാശങ്ങളും സൗജന്യങ്ങളും ലഭിക്കുന്നത്.

കാര്യങ്ങളെ തിരിച്ചറിഞ്ഞ സന്ദീപ്മാഷിന് വല്ലാത്ത നിരാശയാണ് തോന്നിയത്. സ്കൂളിന്റെ അവസ്ഥയും അതിദയനീയമാണ്. അവിടെയും അവകാശങ്ങൾക്കാണ് പ്രാധാന്യം. കുട്ടികളോടുള്ള ഉത്തരവാദിത്വത്തി നല്ല. തലയെണ്ണിയാൽ നാല് അദ്ധ്യാപകർ മാത്രമാണ് തന്റെ സ്കൂളിൽ കൃത്യനിഷ്ഠയോടെ കാര്യങ്ങൾ ചെയ്യുന്നതെന്ന് സന്ദീപ്മാഷിന് അറിയാം. മറ്റുള്ളവർ അവകാശങ്ങൾക്കുവേണ്ടിയാണ് മുറതെറ്റാതെ സ്കൂളിൽ വരുന്നത്. സന്ദീപ്മാഷ് അവധിയെടുത്തതോടെ സേതുമാ ഷിന്റെ ക്ലാസ്സിൽ തന്റെ കുട്ടികളെ ഇരുത്തി. തന്റെ അഭാവത്തിൽ കുട്ടി കളുടെ പഠിത്തം മുടങ്ങരുതെന്ന് സന്ദീപ്മാഷിന് നിർബ്ബന്ധമായിരുന്നു.

ഇപ്പോൾ സമയം ഏകദേശം നാലുമണിയോട് അടുത്തിരിക്കുന്നു. പുതുതായി ഒരു ചട്ടി സിമന്റിനു വേണ്ട മണലുകളെ അവർ കൂട്ടിക്കലെ ർത്തി. അധികം വൈകാതെ കൃഷ്ണൻകുട്ടി സന്ദീപ്മാഷിനെ പണിസ്ഥല ത്തേക്ക് വിളിച്ചു. നാളത്തെ പണിയെക്കുറിച്ച് അയാൾ നീണ്ട ചർച്ചകൾ നടത്തി. അതിനുശേഷം അയാൾ പതുക്കെ മുളകൊണ്ടുള്ള ചാരത്തിൽ നിന്ന് ഇറങ്ങി. അപ്പോഴേയ്ക്കും പണിക്കാർ എല്ലാവരും പോകാൻ തയ്യാറായി കൃഷ്ണൻകുട്ടിയും ഗൗരിയും ഒന്നിച്ചാണ് അന്നത്തെ കൂലി വാങ്ങാൻ വന്നത്. അത് പതിവില്ലാത്തതാണ്. പണം എണ്ണിനോക്കിയ കൃഷ്ണൻകുട്ടി ഗൗരിയുടെ ചെവിയിൽ പതുക്കെ എന്തോ പറഞ്ഞു.

ഗൗരി സന്ദീപ്മാഷിനോട് ചോദിച്ചു:

'മാഷ് ഈ ലോകത്തല്ല ജീവിക്കുന്നത് എന്നുണ്ടോ ? ഞങ്ങളുടെ കൂലി എല്ലാം കൂടി. അതും കണക്കാക്കി തരണം. ഇരുപത്തഞ്ച് രൂപ വീതം അധികം തരണം.'

പണം എണ്ണി കൊടുക്കുമ്പോൾ സന്ദീപ് മാഷ് പറഞ്ഞു:

'സ്വന്തമായി പണം ഇറക്കി വീടുകെട്ടുന്ന ഞാൻ ഒരു വിഡ്ഢി ആണല്ലോ. അതുകൊണ്ട് കൂലി കൂടിയത് ഞാൻ അറിഞ്ഞില്ല.'

അവർ പോയപ്പോഴും സന്ദീപ്മാഷ് തന്റെ വാക്കുകളെ വീണ്ടും ഓർത്തു. അതിൽ യാതൊരു തെറ്റുമില്ലെന്ന് അയാൾക്ക് തോന്നി.

   മാംസഭക്ഷകൾ

എട്ട്

ഇപ്പോൾ ആശാരിമാരും ഇലക്ട്രീഷ്യനും സഹായികളും മാത്രമാണ് താഴത്തെ നിലയിൽ പണി ചെയ്യുന്നത്. ടൈൽസ് ഹേമചന്ദ്രന് സഹായികളായി രണ്ടാണങ്ങളും രണ്ട് പെണ്ണങ്ങളുമുണ്ട്. ഒരു സ്ത്രീ അയാളുടെ സ്ഥിരം സഹായിയാണ്. ടൈൽസ്കാരനുമായി അവിവാ ഹിതയായ അവൾക്ക് വഴിവിട്ട ചില ബന്ധങ്ങളാണുള്ളത്. അതിനെ ക്കുറിച്ച് സന്ദീപ്മാഷിന് ഏകദേശ ധാരണയുണ്ട്. പലപ്പോഴും അവർ ഒന്നിച്ചാണ് ആഹാരം കഴിക്കുന്നത്. ആരുമില്ലാത്ത സമയം നോക്കി അവർ വാതിലുകൾ അടച്ചാണ് ഇരിക്കുന്നത്. അതിന്റെ പിന്നിലുള്ള മനോഭാവങ്ങളെ അയാൾക്ക് ഏറെക്കുറെ അറിവുള്ളതാണ്.

കെട്ടുപണിക്കാർ തറ നിരപ്പാക്കിയെങ്കിലും ടൈൽസ്കാരൻ അതിനെ വകവെച്ചില്ല. മേൽപരപ്പിലെ ഉയർച്ചതാഴ്ച്ചകളെ പരി ശോധിച്ച അയാൾ വീണ്ടും സിമന്റ് കലവ പാകി. അതിനശേഷമാണ് ടൈൽസുകളിൽ സിമന്റ് പാല്യതേച്ച് വിരിക്കുന്നത്. അതോടെ മുറിയുടെ കാഴ്ചകളെല്ലാം ആകെ മാറി, വളരെയധികം ഭംഗിയായി. യാതൊരു നിരപ്പവ്യത്യാസവും ഇല്ലാതെയാണ് ഹേമചന്ദ്രൻ ടൈൽസ് പതിച്ച കൊണ്ടിരുന്നത്.

സന്ദീപ്മാഷ് കുറേനേരം ടൈൽസ് ഹേമചന്ദ്രനെ ശ്രദ്ധിച്ചുകൊ ണ്ടിരുന്നു. അയാളുടെ അടുത്തിരുന്ന് ടൈൽസുകളെ നല്ലതും കെട്ടതും വേർതിരിച്ച് കൊടുക്കുന്നത് മഹിമയാണ്. മറ്റൊരു മുറിയിൽ ഒരാണം സഹായിയായി ഒരു പെണ്ണും പണിയെടുക്കുന്നു. ടൈൽസുകളെ നിറ ഭേദങ്ങൾ ഇല്ലാതെ ഒരേ തരത്തിലാണ് വിരിക്കുന്നത്. മറ്റൊരാളെ അളവനുസരിച്ച് മുറിക്കാൻ അവർ നിർത്തിയിരിക്കുന്നു.

സന്ദീപ്മാഷിന് ആശാരിപ്പണി കാണാനാണ് കൂടുതൽ ഇഷ്ടം. കുട്ടി ക്കാലത്ത് വീട്ടിൽ ആശാരി പണി ഉണ്ടെങ്കിൽ അയാൾ ഏതുനേരത്തും അവിടെ തന്നെയായിരിക്കും. എന്നാൽ ഇപ്പോൾ സ്ഥിരമായി അവിടെ നില്ലാൻ സന്ദീപ്മാഷിന് അധികമൊന്നും സമയം കിട്ടാറില്ല. എങ്കിലും അയാൾ ഇടയ്ക്കിടെ അവരെ ശ്രദ്ധിക്കാറുണ്ട്. കരാർപണി ആയതുകൊ ണ്ട് അവർ തച്ചകൾ കണക്കാക്കാതെയാണ് പണി ചെയ്യുന്നത്.

മിക്ക പണിക്കാരുടെയും കുടുംബപശ്ചാത്തലത്തെയും സാമൂഹ്യ സാഹചര്യത്തെയും അറിയാൻ സന്ദീപ്മാഷ് പ്രത്യേകം ശ്രമിച്ചു. അദ്ധ്യാപകനായ അയാൾക്ക് ഇനി ഇത്തമൊരു സാഹചര്യം ഉണ്ടാകുക അപൂർവ്വമാണ്. ക്ലാസ്സിലെ എല്ലാ കുട്ടികളുടെയും സ്വകാര്യ ജീവിതത്തെക്കുറിച്ച് അയാൾക്കറിയാം. പല രക്ഷിതാക്കളമായി സന്ദീ പ്മാഷിന് നല്ല ബന്ധമാണള്ളത്. എങ്കിലും പണിക്കാരുടെ ശരിയായ ജീവിതത്തെ അയാൾ ഇപ്പോൾ മാത്രമാണ് ആഴത്തിൽ അറിയുന്നത്.

ഇന്നലെ ഉച്ചയ്ക്ക് തന്നെ കെട്ടുപണിക്കാർ തമ്മിൽ ചില ആലോച നകൾ നടക്കുന്നുണ്ടായിരുന്നു. അതെന്താണെന്ന് സന്ദീപമാഷിന് അറിഞ്ഞില്ല. കൃഷ്ണൻകുട്ടിയോട് ചോദിച്ചെങ്കിലും അയാൾ പുഞ്ചിരി ക്കുകയാണ് ചെയ്തത്. പിന്നീട് കൂലി കൊടുത്തപ്പോഴാണ് സന്ദീപ് മാഷിന് കാര്യങ്ങളെല്ലാം പിടികിട്ടുന്നത്. അവരുടെ പണിക്കൂലി കൃഷ്ണ ൻകുട്ടിയാണ് എല്ലാവർക്കും വീതിക്കുന്നത്. അതോടെ സന്ദീപ്മാഷിന്റെ മുമ്പിലുള്ള ദുരൂഹതകൾ ഇല്ലാതായി.

കാര്യമറിയാതെ അമ്പരന്നുനിന്ന സന്ദീപ്മാഷിനോട് കൃഷ്ണൻകുട്ടി പറഞ്ഞു:

'നാളെ ഞങ്ങൾ പണിക്ക വരില്ല. നെല്ലിയാമ്പതിയിലേക്ക പോകം. കെട്ടപണിക്കാരും സഹായികളുമുണ്ട്. മറ്റന്നാൾ ഞങ്ങൾ തീർച്ചയായും വരാം.'

വിറങ്ങലിപ്പോടെയാണ് സന്ദീപ്മാഷ് അയാളടെ വാക്കകളെ കേട്ടത്. അയാൾക്ക് ഒരിക്കലും പെട്ടെന്ന് എവിടേയ്ക്കും ഉല്ലാസയാത്ര പുറപ്പെടാൻ കഴിഞ്ഞിട്ടില്ല. അത് ഇടത്തരക്കാരുടെ സ്വാഭാവികമായ നിസ്സഹായതയാണ്. അനേക മാസങ്ങൾ കണക്കുകൂട്ടലുകൾ നടത്തി യതിനു ശേഷമാണ് പലപ്പോഴും അവർ എവിടെക്കെങ്കിലും പുറപ്പെ ടുക. ഒരു യാത്ര നടത്തി കഴിയുന്നതോടെ മിക്ക ഇടത്തരക്കാരുടെയും നടുവൊടിയുന്നു. അതോടെ അവരുടെ ചെലവുകണക്കുകൾ തെറ്റുന്നു.

അച്ഛന്റെ മരണത്തെക്കുറിച്ചറിഞ്ഞപ്പോൾ രാമേശ്വരത്തു പോകാൻ സന്ദീപ്മാഷ് ആഗ്രഹിച്ചതാണ്. കുടുംബസമേതം പോകണമെന്നാണ് അയാൾ ആദ്യം കരുതിയത്. പിന്നീട് സേതുമാഷുമായി കൂട്ടുചേർന്ന പോകാൻ അയാൾ തീരുമാനിച്ചു. അതു നടക്കുമ്പോഴേയ്ക്കും മൂന്നുവർഷം കഴിഞ്ഞിരുന്നു. അപ്പോൾ രണ്ടു കുടുംബങ്ങളം ഒന്നിച്ചാണ് പോയത്.

തന്റെ ജീവിതത്തിലേക്ക് തിരിഞ്ഞുനോക്കുമ്പോൾ പലപ്പോഴും വലിയ ഉല്ലാസയാത്രകളെ ഒന്നും സന്ദീപ്മാഷിന് കാണാനാവില്ല. അയാൾ മനഃസ്താപങ്ങൾ ഇല്ലാതെ ഒരുവിധം ജീവിച്ചപോകുന്ന

എന്നമാത്രം. എല്ലാ മാസങ്ങളിലും പെട്രോൾ ചെലവ് കണക്കാക്കി യാണ് അയാൾ ബൈക്ക് ഓടിക്കുക. പെട്രോൾ കൂടുതൽ വേണമെങ്കിൽ അയാൾ ബസ്സിലാണ് പോകുക. എപ്പോഴും ജീവിതത്തിലെ ചെലവു കണക്കുകളെ തുല്യമാക്കാൻ സന്ദീപ്മാഷ് ശ്രമിച്ചു. അനാവശ്യമായ യാതൊരുവിധ ചെലവുകളും അയാൾ ചെയ്യില്ല. സമയം അയാളുടെ വരുമാനം അറിഞ്ഞാണ് ജീവിച്ചത്. സേതുമാഷിന് അയാളുടെ വരു മാനത്തിന്റെ പരിമിതികളെ നന്നായി അറിയാം. അതുകൊണ്ട് പല അനാവശ്യ ചെലവുകളും സേതുമാഷാണ് ചെയ്യുക.

പൊന്മലആശാരിയും കൂട്ടരും ഇലക്ട്രിക്കൽ കോൺട്രാക്ടറും സഹാ യികളുമാണ് ഇപ്പോൾ പണി ചെയ്യുന്നത്. അവർക്ക് കാര്യങ്ങളെ കൈപ്പിടിയിൽ ഒതുക്കണം എന്നുണ്ട്. എന്നാൽ ടൈൽസ് ഹേമചന്ദൻ അശ്രദ്ധമായാണ് പണിയെടുക്കുന്നത്. അയാൾ സമയം ഇഴച്ചുനീക്കുക യാണ്. അയാളുടെ സഹായികളാണ് വിയർത്തു പണിയെടുക്കുന്നത്.

ഉച്ചയൂണിനുശേഷം സേതുമാഷ് വരാമെന്നാണ് പറഞ്ഞത്. പ്ലംബി ങ്ങിനുവേണ്ട സാധനങ്ങളെല്ലാം വാങ്ങിക്കണം. അത് ഇവിടെ നിന്നാ കുന്നതാണ് കൂടുതൽ നല്ലതെന്ന് സേതുമാഷ് പറഞ്ഞു. അനാവശ്യമായ യാത്രുകളെ ഒഴിവാക്കാമല്ലോ. ചെറിയൊരു സംഖ്യയാണ് കൂടുതലാവുക. ഇലക്ട്രിക്കൽ കോൺട്രാക്ടർ തന്നെയാണ് പ്ലംബിങ്ങ് പണിയും ചെയ്യു ന്നത്. അതിനുവേണ്ട താരകളെ എല്ലാം അയാൾ നേരത്തെ വരച്ചിട്ടുണ്ട്. കൂടാതെ മുമ്പുതന്നെ പല പൈപ്പുകളെയും ചുവരുതുളച്ച് പിടിപ്പിക്കുകയും ചെയ്തു.

ആശാരിപ്പണി കാണാൻ താല്പര്യം ഉണ്ടായിരുന്നെങ്കിലും സന്ദീപ്മാഷ് ഇലക്ട്രിക്കൽ പണികളെ ശ്രദ്ധിച്ചു. അയാൾക്ക് ആ പണികളോട് വലിയ താൽപര്യമൊന്നുമില്ല. എങ്കിലും എല്ലാം പരിശോധിക്കുകയും തെറ്റുകുറ്റ ങ്ങൾ കണ്ടെത്തുകയും അയാളുടെ ചുമതലയായി തീർന്നിരിക്കുന്നു.

പിന്നീടാണ് സന്ദീപ്മാഷ് ടൈൽസുണിക്കാരുടെ അടുത്തെത്തുന്നത്. സാവധാനത്തിലാണ് അവർ പണിയെടുക്കുന്നത്. അത് കൂടുതൽ സൂക്ഷ്മത ആവശ്യപ്പെടുന്ന തൊഴിലാണ്. അതുകൊണ്ട തന്നെ കൂടുതൽ രൂപയാണ് അവർക്ക് കൊടുക്കുന്നത്.

പണിക്കാർ ചായ കുടിക്കാൻ പോയപ്പോഴും സന്ദീപ്മാഷ് അവിടെ തന്നെ ഇരുന്നു. ചെലവുകൾ കണക്കുകളിൽ ഒതുങ്ങാതെ കൂടുകയാണ്. ഇതുവരെ പ്ലംബിങ്ങ് പണികളെക്കുറിച്ച് അയാൾ ചിന്തിച്ചില്ല. അതിന് വലിയ ചെലവില്ല എന്നാണ് കരുതിയത്. അത് ചെയ്യുമ്പോൾ സന്ദീ പ്മാഷിന്റെ കണക്കു കൂട്ടലുകൾ തെറ്റുകയാണ്.

സന്ദീപ്മാഷ് ഇഷ്ടപ്പെട്ട് വിവാഹം കഴിച്ചപ്പോൾ അച്ഛൻ ദേഷ്യ ത്തോടെ ഉടനടി തന്നെ വിൽപ്പത്രം എഴുതിവെച്ചു. അതിൽ അയാൾക്ക് സ്വത്തിന്റെ ഒരു വിഹിതവും നൽകിയില്ല. എന്നാൽ മൂന്നുവർഷത്തിനു ശേഷം വിൽപ്പത്രത്തെ സന്ദീപ്മാഷിന്റെ അച്ഛൻ റദ്ദാക്കി. അയാൾ പുതുതായി ഒരു വിൽപ്പത്രവും ഉണ്ടാക്കിയില്ല. എല്ലാവർക്കും അച്ഛന്റെ കാലശേഷം തുല്യാവകാശമാണ് ലഭിക്കുക.

അച്ഛന്റെ മനസ്സുമാറ്റത്തെക്കുറിച്ച് സന്ദീപ്മാഷ് പലതവണ ചിന്തി ച്ചിട്ടുണ്ട്. അച്ഛനെ കാണാൻ അയാൾ ആഗ്രഹിച്ചിട്ടുണ്ട്. എന്നാൽ അതിനുള്ള മനോധൈര്യം എപ്പോഴും സന്ദീപ്മാഷിന് ഉണ്ടായില്ല.

സുമയുടെ അവസ്ഥ മറ്റൊന്നാണ്. ധാരാളം ബാങ്ക് ബാലൻസും സ്വർണ്ണങ്ങളുമാണ് അവർക്കുള്ളത്. കൂടാതെ നഗരത്തിൽ രണ്ടു വീടുക ളുമുണ്ട്. അതെല്ലാം അവളുടെ അച്ഛന്റെയും അമ്മയുടെയും പേർക്കാണ്. അവർ രണ്ടുപേരും ചേർന്നാണ് വിൽപ്പത്രം തയ്യാറാക്കിയത്. സുമയെ അവർ പൂർണ്ണമായും ഒഴിവാക്കുകയും ചെയ്തു. അവളുടെ അച്ഛന്റെ മരണശേഷം അമ്മയാണ് സ്വത്തുക്കളെല്ലാം കൈകാര്യം ചെയ്തത്. അവർ കൂട്ടുത്തരവാദിത്തത്തോടെ എഴുതിയ വിൽപ്പത്രത്തിൽ പിന്നീട് ഒരിക്കലും മാറ്റങ്ങൾ ഉണ്ടായില്ല.

കഷ്ടപ്പാടുകളോടെ ജീവിതത്തെ കൊണ്ടുപോകുമ്പോഴും സന്ദീപ്മാഷ് വീട്ടുകാരുടെയും നാട്ടുകാരുടെയും മുമ്പിൽ തലയുയർത്തിപ്പിടിച്ചു. മിക്കവരും സുമയുടെ കോട്ടങ്ങളെയാണ് കാണുന്നത്. മക്കളുടെ കാര്യ ത്തിലും അവർ അന്വേഷണങ്ങൾ നടത്തുന്നു. അതുകൊണ്ട് അയാൾ അവരെ എപ്പോഴും അലങ്കരിച്ച നടത്തി. തന്റെ കാര്യങ്ങളെക്കുറിച്ച് സന്ദീപ്മാഷ് പലപ്പോഴും ശ്രദ്ധിച്ചില്ല.

പണിക്കാർ സന്ദീപ്മാഷിനെ ശ്രദ്ധിക്കാതെ പണി തുടങ്ങി. അവരുടെ ശബ്ദങ്ങളെ കേട്ടപ്പോഴാണ് അയാൾ പരിസരബോധത്തിലേക്ക് മടങ്ങിയെത്തിയത്. ഇപ്പോൾ ഓർമ്മകളിലും കണക്കുകൂട്ടലുകളിലും ഒതുങ്ങിയിരിക്കുന്ന ജീവിതം. ഒന്നിനും നേരം ഇല്ലാത്തതു പോലെ. വായന പൂർണ്ണമായും ഇല്ലാതായി. അതോടെ സന്ദീപ്മാഷിന് വല്ലാത്ത വിഷമമാണ് തോന്നുന്നത്. എങ്കിലും വീട്ടുപണി കഴിഞ്ഞാൽ വീണ്ടും വായിച്ചുതുടങ്ങാമെന്ന് അയാൾ കരുതി.

ഉച്ചയൂണിനു ശേഷം പെട്ടെന്നുതന്നെ സന്ദീപ്മാഷ് പണിസ്ഥലത്ത് മടങ്ങിയെത്തി. എല്ലാം പതിവുകാഴ്ചകളാണ്. പലരും ഒന്നും അറിയാ ത്തതു പോലെ കാവലിരിക്കുകയാണ്.

പറഞ്ഞ സമയത്തുതന്നെ സേതുമാഷ് എത്തി. സന്ദീപ്മാഷും

     മാംസഭക്ഷകൾ

എപ്പോഴും സമയം തെറ്റിക്കാറില്ല. അതുകൊണ്ട് അവർക്ക് കൃത്യസമ
യത്തുതന്നെ കാര്യങ്ങൾ നടത്താൻ കഴിയും.

ഉച്ചയ്ക്കുണ്ടിന്റെ ആലസ്യത്തിൽ ഇരുന്ന ചെറുപ്പക്കാരൻ കുറിപ്പടി
വാങ്ങിച്ച് കണക്കുകൂട്ടലുകൾ നടത്തി. അതിനുശേഷം സന്ദീപ്മാഷി
നോട് പറഞ്ഞു:

'ഉടനടി എല്ലാ സാധനങ്ങളും തരാം. ഞങ്ങളുടെ വണ്ടിയിൽ തന്നെ
സാധനങ്ങളെ സ്ഥലത്തെത്തിക്കാം.'

മുൻഭാഗത്തുള്ള ടെമ്പോവിനെ ചൂണ്ടിക്കാണിച്ചുകൊണ്ടാണ് അയാൾ
പറഞ്ഞത്.

അധികം വൈകാതെ തന്നെ പണിക്കാർ വണ്ടിയിൽ സാധനങ്ങളെ
എല്ലാം കയറ്റിവെച്ചു. പണം നൽകി സന്ദീപ്മാഷും സേതുമാഷും
ബൈക്കിൽ പുറപ്പെട്ടു. അവരുടെ പിന്നാലെയാണ് ടെമ്പോവാൻ
വരുന്നത്.

ഇലക്ട്രീഷ്യനും കൂട്ടരും ചേർന്നാണ് സാധനങ്ങളെ എല്ലാം അകത്തുക
യറ്റിവെയ്ക്കുന്നത്. അവർ കുറിപ്പടികൾ പരിശോധിക്കുകയും ചെയ്തു.

പണിസാധനങ്ങളെ എത്തിക്കുമ്പോഴെല്ലാം സന്ദീപ്മാഷിന്
എപ്പോഴും ആശ്വാസമാണ് തോന്നുക. ഇനി അട്ടക്കളയ്ക്കും ചവിട്ടുപടി
കൾക്കും വേണ്ട ഗ്രാനൈറ്റുകളെയാണ് എത്തിക്കേണ്ടത്. മുൻഭാഗത്ത്
ടൈൽസ് പതിക്കാനാണ് സന്ദീപ്മാഷ് ആലോചിച്ചത്. എന്നാൽ
സേതുമാഷ് അതിനു സമ്മതിച്ചില്ല. വേണ്ടിവരുമ്പോൾ തന്റെ സഹായം
ഉണ്ടാകുമെന്ന് അയാൾ പറഞ്ഞു. ഗ്രാനൈറ്റിനു ശേഷം മുകളിലേക്ക്
കയറാനുള്ള കൈപ്പിടിയാണ് വാങ്ങേണ്ടത്. പൊക്കന്നി മരപ്പേട്ടയിൽ
അതിനു വേണ്ടി ഒരുതവണ സന്ദീപ് മാഷ് പോയിരുന്നു. പിന്നെ
കൈപ്പിടിയും അതിനു താഴെയുള്ള മരങ്ങളും യന്ത്രത്തിൽ കടയണം.
കൂട്ടത്തിൽ ഭംഗിയുള്ള രണ്ടു ചെറിയ തൂണുകളും വേണം.

ആശ്വാസത്തോടെ ഇരുന്ന് സന്ദീപ്മാഷ് പറഞ്ഞു:

'സേതുമാഷിന്റെ സഹായമാണ് വീട് പണിയെ ഇതുവരെ എത്തിച്ചത്.
ഞാൻ ഒറ്റയ്ക്കാണെങ്കിൽ ഒന്നും നടക്കുമെന്ന് തോന്നുന്നില്ല.'

അപ്പോൾ സേതുമാഷ് പറഞ്ഞു:

'അതെല്ലാം നമ്മുടെ തെറ്റിദ്ധാരണയാണ്. ചില കുറവുകൾ ഉണ്ടെങ്കി
ലും കാര്യങ്ങൾ നടക്കും. അതാണ് എപ്പോഴും സംഭവിക്കുക.' സേതുമാഷ്
തുടർന്നു പറഞ്ഞു:

'എല്ലാം കഴിഞ്ഞിട്ട് വേണം നമുക്ക് രണ്ടു കുടുംബങ്ങൾക്കും പഴനിക്ക

പോകാൻ. തരപ്പെട്ടാൽ മധുരക്കും പോണം.'

വീടുപണി കഴിഞ്ഞാൽ എവിടേക്കെങ്കിലും പോകണമെന്ന ചിന്ത സന്ദീപ്മാഷിനുമുണ്ട്. പോകേണ്ട സ്ഥലത്തെക്കുറിച്ച് അയാൾക്ക് വ്യക്തമായ ധാരണയുണ്ടായിരുന്നില്ല. സുമ ഗുരുവായൂരിലേക്ക് പതിവുപോലെ ഒരു നേർച്ച നേർന്നിരുന്നു.

വൈകുന്നേരം വരെ സേതുമാഷ് പണിസ്ഥലത്തു തന്നെ നിന്നു. അവർ ചായ കുടിക്കുകമാത്രം ചെയ്തു. സേതുമാഷും നല്ലൊരു വായനക്കാരനാണ്. അതാണ് അവരുടെ ബന്ധത്തിന്റെ കെട്ടുറപ്പ്. സന്ദീപ്മാഷ് വീട്ടുകെട്ടി തുടങ്ങിയതോടെ രണ്ടു പേരും ഇപ്പോൾ വായിക്കാറില്ല. വീടുപണിയെക്കുറിച്ച് മാത്രമാണ് അവർ പരസ്പരം ചർച്ചചെയ്യുന്നത്.

വല്ലാത്ത ക്ഷീണതോടെയാണ് സന്ദീപ്മാഷ് കിടന്നത്. ഉറക്കമുണരുന്നു എങ്കിലും അയാൾക്ക് പെട്ടെന്ന് കട്ടിലിൽ നിന്ന് എണീക്കാൻ തോന്നിയില്ല. വേനൽച്ചൂട് കൂടുകയാണ്. പുലർച്ചെ മാത്രമാണ് ലേശം തണുപ്പുള്ളത്.

മടിപിടിച്ചുകിടന്ന സന്ദീപ്മാഷ് സുമ വരുന്നത് കണ്ടപ്പോൾ എണീറ്റു. അവൾ വാതിൽ ചാരി വെച്ചാണ് അകത്തേക്ക് വന്നത്. ശുഭശകുനമായി സുമയെ കാണുമ്പോഴാണ് അയാൾക്ക് ഒരു ദിവസത്തിനു വേണ്ട ആവേശം ഉണ്ടാകുക. അവളുടെ നെറ്റിയിൽ സ്നേഹത്തോടെ ഉമ്മ വെച്ചതിനു ശേഷമാണ് സന്ദീപ്മാഷ് എന്തിനും തയ്യാറാകുക. സുമയോടുള്ള അയാളുടെ പ്രണയത്തിന് കാലവും ദേശവും ഒന്നും ബാധകമല്ല. അതെപ്പോഴും ചെറുതടസ്സങ്ങളോടെ മുമ്പോട്ടുനീങ്ങുന്നു.

പണിസ്ഥലത്തേക്ക് പോകാൻ വേണ്ടി പെട്ടെന്ന് തന്നെ സന്ദീപ്മാഷ് കുളിച്ചു തയ്യാറായി. മക്കളും ഭാര്യയും അയാളുടെ യാത്ര നോക്കിനിന്നു. അപ്പോൾ അയാൾക്ക് അമിതമായ സന്തോഷമാണ് തോന്നിയത്. എത്ര കഷ്ടപ്പാടുകൾ ഉണ്ടെങ്കിലും തനിക്ക് കൂട്ടായി പലരും ഉണ്ടെന്ന ചിന്ത സന്ദീപ്മാഷിനെ ആശ്വസിപ്പിച്ചു.

സന്ദീപ്മാഷ് എത്തിയതിനുശേഷമാണ് പണിക്കാരെല്ലാം വരുന്നത്. പൊന്മലആശാരിയും സഹായികളും ആദ്യമായി പണിസ്ഥലത്തെ ത്തി. അവർ ഉടനടി പണിതുടങ്ങി. ഇന്നത്തോടെ അവരുടെ വാതിൽ പണികളെല്ലാം അവസാനിക്കും. ഇനി മുൻവാതിലാണ് ചെയ്യേണ്ടത്. അതിനുള്ള രണ്ടുമൂന്ന് ഡിസൈനുകൾ അവർ തയ്യാറാക്കി കഴിഞ്ഞു. അതിനുശേഷം ജനാല പണിയാണ്. അതിന് പുറംലോകം കാണുന്ന കണ്ണാടികൾ വാങ്ങണം. സന്ദീപ്മാഷ് അതിനു വേണ്ട ഏർപ്പാടുകളെ ല്ലാം ചെയ്തിട്ടുണ്ട്. പിന്നീടാണ് അവർ അടുക്കളയിലെ പണി തുടങ്ങുക.

   മാംസഭക്ഷകൾ

ഇന്നലെ രാത്രി സേതുമാഷ് സന്ദീപ്മാഷിനെ അത്യാവശ്യമായി വിളിച്ചിരുന്നു. ഫിറോ സിമന്റുകാർ അയാളുടെ അടുത്ത വീട്ടിൽ പണിയെ ടുക്കുന്നുണ്ട്. അവർ തമിഴ്നാട്ടുകാരാണ്. കരാർ പണിയാണ് ചെയ്യുക. അടുക്കളയ്ക്കും ഷോക്കേസുകൾക്കും അവരുടെ പണി നല്ലതാണ്. പുസ്ത കങ്ങൾക്കു വേണ്ട അലമാരകളും അവർ ചെയ്യുന്നതാണ്. ഉച്ചയോടെ കരാറുകാരനുമായി വരാമെന്നും സേതുമാഷ് പറഞ്ഞു.

പണിക്കാരെല്ലാം വന്നതിനുശേഷം ജനാലകണ്ണാടിക്കുവേണ്ടി ടൗണിലേക്ക് പോകാമെന്ന് സന്ദീപ്മാഷ് കരുതി. ഇലക്ട്രീഷ്യൻ കൂടുതൽ ആൾക്കാരുമായാണ് പണിക്ക് വന്നിരിക്കുന്നത്. ടൈൽസ് പണിക്കാരും എത്തിയിട്ടുണ്ട്.

കൃഷ്ണൻകുട്ടിയും മറ്റൊരാളുമാണ് വരുന്നത്. കൂടെ രണ്ടു സ്ത്രീകളുമുണ്ട്. പതിവായി വരുന്ന പലരെയും കാണാനില്ല.

സന്ദീപ്മാഷിനെ കണ്ടപ്പോൾ കൃഷ്ണൻകുട്ടി പറഞ്ഞു:

'അവിടെ എന്തോ പ്രശ്നമുണ്ട്. അതാണ് പലരും വരാതിരുന്നത്. ഞാൻ കാര്യമൊന്നും അന്വേഷിച്ചില്ല. മാധവൻ പറഞ്ഞില്ല. ഏതായാലും അവരെല്ലാം നാളെ വരും.'

അത്യാവശ്യമായി വാങ്ങേണ്ട സാധനങ്ങളുടെ പട്ടികയുമായി സന്ദീ പ്മാഷ് ടൗണിലേക്കു പുറപ്പെട്ടു. കൃഷ്ണൻകുട്ടിക്കു വേണ്ട സംധനങ്ങൾ വാങ്ങിച്ചതിനു ശേഷം അയാൾ കണ്ണാടികടയിൽ എത്തി. പണം മുൻകൂട്ടി കൊടുത്തയ്ക്കൊണ്ട് അവർ അളവുപാകത്തിൽ കണ്ണാടികളെ മുറിച്ചു വെച്ചിരിക്കുന്നു.

രണ്ടു പണിക്കാർ ചേർന്നാണ് ഓട്ടോറിക്ഷയിൽ ജനാലകണ്ണാടികളെ വെയ്ക്കുന്നത്. അവർ തന്നെ മാഷിന്റെ പിന്നാലെ ഓട്ടോറിക്ഷയിൽ പണിസ്ഥലത്തേക്ക് പുറപ്പെട്ടു. ഓട്ടോ വരുന്നതു കണ്ട് ആശാരിമാർ മുറ്റത്തെത്തി. അവരാണ് ജനാലചില്ലുകളെ അകമുറിയിലേക്ക് വെയ്ക്കു ന്നത്. പണിക്കാർ വന്ന വഴിയെ വേഗത്തിൽ പോകുകയും ചെയ്തു.

ഹറച്ചു കഴിഞ്ഞപ്പോൾ കുറെപേർ കൃഷ്ണൻക്കുട്ടിയെ അന്വേഷിച്ചെത്തി. അവർ ദൂരത്തേയ്ക്ക് മാറിനിന്ന് പതുക്കെ സംസാരിച്ചു തുടങ്ങി. പിന്നെ അവർ ഒന്നും പറയാതെ സന്ദീപ്മാഷിനോട് പരിചയ ഭാവത്തിൽ തലകുലുക്കി നടന്നുപോയി.

അവരിൽ പലരെയും സന്ദീപ്മാഷ് ആദ്യകാലങ്ങളിൽ പഠിപ്പിച്ചിട്ടുണ്ട്. അതുകൊണ്ട് അവർ വളരെയധികം ഭവ്യതയോടെയാണ് പെരുമാറി യത്.

ആരും പ്രത്യേകിച്ചൊന്നും പറഞ്ഞില്ലെങ്കിലും എന്തോ അപകടം ഉണ്ടെന്ന് സന്ദീപ്മാഷിന് മനസ്സിലായി. അയാൾ അന്വേഷിക്കാതെ തന്നെ കാര്യങ്ങളെ അറിഞ്ഞു.

പണിക്കാർ നാല പേരടക്കം പത്തു കുടുംബങ്ങളാണ് ഹിന്ദുത്വ പാർട്ടി യിലേക്ക് മാറിയിരിക്കുന്നത്. അവർ വീട്ടുകൾക്ക മുമ്പിൽ ഹിന്ദുത്വ പാർട്ടി യുടെ കൊടികളും കുത്തിനാട്ടി. അവിടെ താമസിക്കുന്ന കീഴാളരായ മിക്കവരും കമ്മ്യൂണിസ്റ്റ് പാർട്ടിക്കാരാണ്. ഏകദേശം അമ്പതോളം കുടുംബങ്ങളാണ് അവിടെ താമസിക്കുന്നത്. അവരിൽനിന്ന് പത്തു കുടുംബങ്ങളാണ് ഇപ്പോൾ ഹിന്ദുത്വപാർട്ടിയിലേക്ക് മാറിയിരിക്കുന്നത്. അവർക്ക് സംരക്ഷണം നൽകാൻ ഹിന്ദുത്വപാർട്ടിയിലെ പലരും ആ വീട്ടുകളിൽ തന്നെയുണ്ട്. കൂടാതെ അവിടെയുള്ള മറ്റചിലരും ഹിന്ദുത്വ പാർട്ടിയിലേക്ക് ചുവടുമാറാൻ സാദ്ധ്യതയുണ്ട്. എഴുപതോളം പേരാണ് ഇപ്പോൾ പാർട്ടി മാറിയിരിക്കുന്നത്. അവർ ഒന്നിച്ച് ചുവടുമാറ്റം നടത്തി യതുകൊണ്ട് ആർക്കും ഒന്നും ചെയ്യാനാവില്ല. കമ്മ്യൂണിസ്റ്റ്പാർട്ടി അനു ഭാവികൾ ആക്രമിച്ചാൽ തിരിച്ചടിക്കാനുള്ള അംഗബലവും അവർക്കുണ്ട്.

പെട്ടെന്നാണ് സന്ദീപ് മാഷിന്റെ ഓർമ്മകളിലേക്ക് പഴയൊരു സംഭവം കടന്നുവരുന്നത്. അക്കാലത്ത് അയാൾ അദ്ധ്യാപകനാകാൻ വേണ്ടി പരിശീലിക്കുകയായിരുന്നു. സഹപാഠിയുടെ അനുജത്തിയുടെ കല്യാണത്തിന് ആഭരണങ്ങളും വസ്തുങ്ങളും വാങ്ങാൻ അവർ കോയ മ്പത്തൂരിലേക്ക് പുറപ്പെട്ടു. സ്നേഹിതൻ നിർബ്ബന്ധിച്ച വിളിച്ചപ്പോൾ സന്ദീപ് അവരുടെ കൂടെക്കൂടി.

ഉച്ചയൂണ് കഴിഞ്ഞാണ് അവർ യാത്രുപുറപ്പെട്ടത്. കാർ പാലപ്പ ള്ളം കയറ്റം കേറുകയായിരുന്നു. വല്ലാത്ത ശബ്ദംകേട്ട് കാറിലിരുന്ന എല്ലാവരും പുറമേയ്ക്ക് നോക്കി. പാടങ്ങൾക്ക് അപ്പുറത്തു നിന്നാണ് വികൃതമായ ആ ശബ്ദം വരുന്നത്. നാലഞ്ചുപേർ ചേർന്ന നടുപാടത്ത് എന്തിനെയോ തല്ലി കൊല്ലുകയാണ്.

കാര്യമറിയാതെ അങ്ങനെ കടന്നുപോകാൻ സന്ദീപിനും സ്നേഹിതനും കഴിഞ്ഞില്ല. അവർ കാർ നിർത്തി പുറമേയ്ക്ക് ഇറങ്ങി. പാത മുറിച്ച് പാടവരമ്പത്തേയ്ക്ക് ഇറങ്ങിയ അവർ കുറച്ച ദൂരം നടന്ന് അമ്പരന്നു നിന്നു. നടുപാടത്തു വെച്ച് അവർ വടികൊണ്ട് തല്ലുന്നത് ഏതോ മൃഗത്തെ അല്ല, ഒരു മനുഷ്യനെയാണ്. മറ്റൊരു പാർട്ടിയിലേ ക്കു മാറിയ അയാളെ അവർ തല്ലിക്കൊല്ലുകയാണ്. അങ്ങനെ കൂറുമാറ നവർക്ക് അവർ മുന്നറിയിപ്പ് നല്ലുകയാണ്.

ഒരു കൊലപാതകത്തെ കണ്ടതോടെ സന്ദീപിന് മാസങ്ങളോളം സ്വസ്ഥമായി ഉറങ്ങാൻ കഴിഞ്ഞില്ല.

 മാംസഭക്ഷകൾ

ഇവിടത്തെ സ്ഥിതി തികച്ചും വ്യത്യസ്തമാണ്. ഒറ്റപ്പെട്ട സംഭവമല്ല നടന്നിരിക്കുന്നത്. പലരും കൂട്ടമായി മറ്റൊരു പാർട്ടിയിൽ ചേർന്നിരി ക്കുകയാണ്.

വൈകുന്നേരത്തോടെ അയ്യപ്പൻകാവ് മൈതാനത്തിൽ മറ്റൊരു അപൂർവ്വ സംഭവത്തെ സന്ദീപ്മാഷ് കാണുന്നു. അസാധാരണമായ ആ കാഴ്ചയെ അയാൾ അമ്പരപ്പോടെ നോക്കിനിന്നു. അഞ്ചു പേർ ഹിന്ദുത്വ പാർട്ടിയിൽ നിന്ന് കമ്മ്യൂണിസ്റ്റ് പാർട്ടിയിൽ ചേർന്നിരിക്കുന്നു. അവർക്കുള്ള സ്വീകരണമാണ് നടക്കുന്നത്.

വല്ലാതൊരു നിസ്സംഗത തന്നെ ബാധിക്കുന്നതായി സന്ദീപ്മാഷിന് തോന്നി. കാലത്തിന്റെ ഗതിയറിയാത്ത താൻ ഇവിടെ അനാവശ്യമാ ണെന്ന് അയാൾ വിശ്വസിച്ചു.

ഒമ്പത്

പിറ്റേന്ന് രാവിലെ മറ്റ പണിക്കാരെല്ലാം ചേർന്ന് സന്ദീപ്മാ ഷിനെ കാണാനെത്തി. കെട്ടുകാർക്ക് മാത്രമല്ല എല്ലാവർക്കും കൂലി കൂടുതൽ വേണമെന്ന് അവർ ആവശ്യപ്പെട്ടു. മിക്കവരും കരാർ പണിയാണ് ചെയ്യുന്നത്. എങ്കിലും ദിവസക്കൂലി കണക്കാക്കിയാണ് അവർ പണം വാങ്ങിച്ചിരുന്നത്. വീട്ടുകെട്ടൽ മുടങ്ങുമെന്ന കണ്ടപ്പോൾ സന്ദീപ്മാഷ് അവരുടെ തീരുമാനത്തിന് വഴങ്ങി. എന്നിട്ടു മാത്രമാണ് അവർ പണി തുടങ്ങുന്നത്.

വീട്ടുകെട്ടലിന്റെ ബദ്ധപ്പാടിൽ മുഴുകുമ്പോഴും ഇന്നലെ സംഭവിച്ച കാര്യ ങ്ങളെക്കുറിച്ചാണ് സന്ദീപ്മാഷ് ചിന്തിച്ചുകൊണ്ടിരുന്നത്. വല്ലാത്ത അസ്വസ്ഥത തോന്നിയതുകൊണ്ട് അയാൾ പണിക്കാരെ ഒന്നും ശ്ര ദ്ധിച്ചില്ല.

ഹൈന്ദവപാർട്ടിയിൽ നിന്ന് കമ്മ്യൂണിസ്റ്റ്പാർട്ടിയിലേക്കുള്ള ചിലരുടെ വരവിനെക്കുറിച്ച് സന്ദീപ്മാഷിന് വ്യക്തമായി മനസ്സിലാ ക്കാൻ കഴിഞ്ഞിട്ടുണ്ട്. അവരിൽ പലരും പഞ്ചായത്ത് കോൺട്രാക്ടർമാ രാണ്. പഞ്ചായത്ത് ഭരണം കാലാകാലങ്ങളായി കമ്മ്യൂണിസ്റ്റകാരുടെ പിടിയിലാണ്. അവർക്കാണ് അവിടെ ഭൂരിപക്ഷമുള്ളത്. അതുകൊണ്ട് മിക്കപ്പോഴും ഹൈന്ദവ പാർട്ടിക്കാർക്ക് കരാർ ലഭിക്കാറില്ല. അതിനെ നേരിടാനുള്ള അവരുടെ പരിശ്രമങ്ങളെല്ലാം എപ്പോഴും പരാജയപ്പെ ടുകയാണ്. അങ്ങനെയാണ് അവർ നിലനിൽപ്പിനുവേണ്ടി കമ്മ്യൂണി സ്റ്റ്പാർട്ടിയിലേക്ക് എത്തിയത്. അവിടെ താത്വികപ്രശ്നങ്ങളൊന്നും ഉയരുന്നില്ല. പ്രശ്നം വയറിന്റെതു മാത്രമാണ്.

എന്നാൽ അതൊന്നുമല്ല സന്ദീപ്മാഷിനെ വിഷമിപ്പിച്ചത്. കൂറുമാറി യവരിൽ ഒരാൾ മുമ്പ് കമ്മ്യൂണിസ്റ്റകാരനായ ഒരാളെ കുത്തിക്കൊന്നി രുന്നു. സാക്ഷികൾ ഇല്ലാത്തതിനാൽ കേസ് തള്ളിപ്പോയി. മറ്റപലരും പലപ്പോഴായി കമ്മ്യൂണിസ്റ്റകാരെ ആക്രമിച്ചിട്ടുണ്ട്. ഇതിനെയൊന്നും ഗൗരവമായി കണക്കാക്കാതെയാണ് അവരെ പാർട്ടിയിൽ ചേർത്തത്. ജീവനും ജീവിതവും നഷ്ടപ്പെട്ടവരോട് പാർട്ടിക്ക് യാതൊരു കടപ്പാട മില്ലേ ?

പാർട്ടിയിൽ മാത്രമല്ല സംഘടനകളിലും ഇത്തരം നിലപാടുകൾ തന്നെയാണ്. അവിടെയും നിലനിൽപ്പിന്റെ പ്രശ്നങ്ങളെയാണ് എല്ലാവരും പരിഗണിക്കുന്നത്. അതുകൊണ്ട് അവർ തരംപോലെ സംഘടനകളിൽ നിന്നു മറ്റൊരു സംഘടനയിലേക്ക് മാറുന്നു. അതിന് താത്വികമായി യാതൊരു ന്യായീകരണവുമില്ല.

മനുഷ്യന്റെ തരംമാറലുകളെ ചിന്തിച്ചുകൊണ്ടിരുന്ന സന്ദീപ്മാഷിന്റെ അടുത്തേയ്ക്ക് സേതുമാഷ് പെട്ടെന്നാണ് കടന്നുവന്നത്. അയാളുടെ മുഖം വല്ലാതെ വിളർത്തിരുന്നു. എന്തോ സംഭവിച്ചതു പോലെ അയാൾ സന്ദീപ് മാഷിന്റെ അടുത്തുള്ള സ്റ്റൂളിൽ മുഖം കുനിച്ചിരുന്നു.

പിന്നീട് സേതുമാഷ് സംസാരിച്ചു തുടങ്ങി:

'ഇതെങ്ങനെ സംഭവിച്ചു? കമ്മ്യൂണിസ്റ്റ് പാർട്ടിയിൽനിന്ന് തൊഴി ലാളികൾ എങ്ങനെയാണ് ഒരു സവർണ്ണഹൈന്ദവ പാർട്ടിയിലേക്ക് പോകുക ? അതിനെ എനിക്ക് വിശ്വസിക്കാൻ കഴിയുന്നില്ല.'

കുറച്ചുനേരത്തെ നിശ്ശബ്ദതക്കു ശേഷം സന്ദീപ്മാഷ് പറഞ്ഞു:

'കുഴപ്പം അവർക്കല്ല. രാഷ്ട്രീയപ്രസ്ഥാനം സത്യസന്ധമായിരിക്കണം എന്നത് നമ്മുടെ ആഗ്രഹ മാണ്. കാരണം അതിന്റെ ദർശനത്തെയാണ് നമ്മൾ ഇഷ്ടപ്പെടുന്നത്. അതുകൊണ്ട് ആ ലക്ഷ്യത്തെ നടപ്പിലാക്കാൻ വേണ്ടി നമ്മൾ ആഗ്രഹിക്കുന്നു; പ്രയത്നിക്കുന്നു.'

വീണ്ടും നീണ്ട മൗനത്തിനു ശേഷം സന്ദീപ്മാഷ് പറഞ്ഞു:

'ഈ ലോകത്തെ നമ്മളൊന്നും ശരിയായി മനസ്സിലാക്കുന്നില്ല. അതാണ് എല്ലാ പ്രശ്നങ്ങൾക്കും കാരണം. പ്രശ്നങ്ങളുടെ താല്പര്യ ങ്ങളെ തിരിച്ചറിയുമ്പോൾ നമുക്ക് സത്യത്തെ അറിയാൻ കഴിയും.'

അതെന്താണെന്ന് സന്ദീപ്മാഷ് സേതുമാഷിനോട് വിവരിച്ചു. ഹിന്ദുത്വപാർട്ടിയിൽനിന്ന് കമ്മ്യൂണിസ്റ്റ്പാർട്ടിയിലേക്ക് കുടിയേറിയ അഞ്ചുപേരെ കുറിച്ചാണ് അവർ ആദ്യമായി സംസാരിച്ചത്. അവർ അഞ്ചു പേരും ഉറ്റസുഹൃത്തുക്കളാണ്. അതിൽ മൂന്നുപേർ പഞ്ചായത്ത് കരാറുകാരാണ്. അവരുടെ വയറിന്റെ പ്രശ്നമാണ് പാർട്ടി മാറിയതിൽ കൂടെ പരിഹരിക്കപ്പെട്ടത്.

എന്നാൽ കീഴാളരുടെ പ്രശ്നങ്ങൾ കുറേക്കൂടി വിപുലമായ ഒന്നാണ്. ഇപ്പോൾ അവർക്ക് അവകാശങ്ങൾ പെട്ടെന്നതന്നെ നേടിയെടുക്കാൻ കഴിയും. അവർ നിശ്ചയിക്കുന്ന കൂലിയാണ് ഇപ്പോൾ കിട്ടുന്നത്. മറ്റ് മേഖ ലകളിലും സ്ഥിതി ഇതുതന്നെയാണ്. അവർക്ക് ജീവിതത്തിന്റെ മിക്ക ആവശ്യങ്ങളും സൗജന്യങ്ങളായി കിട്ടിക്കഴിഞ്ഞിരിക്കുന്നു. കുടുംബത്തിൽ എല്ലാവർക്കും നല്ല വരുമാനമാണ് ഉള്ളതെങ്കിലും രേഖകളിൽ ഇച്ഛമായ

സംഖ്യയാണ്. ജനനം മുതൽ മരണം വരെയുള്ള എല്ലാ കാര്യങ്ങളും അവർക്ക് സൗജന്യമായാണ് ലഭിക്കുന്നത്. ഭാവിയെക്കുറിച്ച് യാതൊരു വേവലാതികളും ഇല്ലാതെ അവർക്ക് ജീവിക്കാം. ഇതുതന്നെയാണ് സമ്പന്നന്മാർക്കുമുള്ളത്. അവരുടെ ജീവിതവും സുരക്ഷിതമാണ്.

എന്നാൽ ഇടത്തരക്കാരുടെ അവസ്ഥയാണ് ദയനീയമായി തുടരു ന്നത്. കടബാദ്ധ്യതകളുടെ നടുക്കാണ് അവരുടെ ജീവിതം. അരിഷ്ടിച്ച് മിച്ചം വെയ്ക്കുന്ന പണത്തിൽ നിന്നാണ് അവർക്ക് ഇൻകംടാക്സ് നല്കേണ്ടത്. വീടുവെയ്ക്കാനും മക്കളെ പഠിപ്പിക്കാനും ജോലിക്കും വേണ്ടി അവർക്ക് പണം കണ്ടെത്തണം. ഇച്ഛമായ വരുമാനം കൊണ്ട് അവർ സാമൂഹ്യ മാന്യതയെ സംരക്ഷിക്കാൻ പാടുപെടുന്നു. അവരാണ് ദുരിതം നിറഞ്ഞ ജീവിതത്തെ ജന്മം മുഴുക്കെ അനുഭവിക്കുന്നത്. അവർ തങ്ങളുടെ ദുരിതങ്ങളെ ഭാവിതലമുറകളിലേക്ക് കൈമാറുകയാണ് ചെയ്യുന്നത്.

ഇതൊന്നും ജീവിതത്തെ ആഘോഷമാക്കുന്ന കീഴാളർ അനുഭവി ക്കുന്നില്ല. അവർക്ക് ഭാവിയെക്കുറിച്ച് ആശങ്കകൾ ഇല്ല. അവർക്കും മക്കൾക്കും ഭാവി സുരക്ഷിതമാണ്. എന്നാൽ വർത്തമാനകാലത്തിൽ സാമൂഹ്യമായ അവഗണനയാണ് അവർ നേരിട്ടുന്നത്.

അവർണ്ണനും സവർണ്ണനും ഇപ്പോൾ ഒരുപോലെ പരിഷ്കാരിക ളാണ്. അവരുടെ സാംസ്കാരിക തലത്തിൽ മാത്രമാണ് വ്യത്യസ്ത തകൾ ഉള്ളത്. ജാതീയമായ അവഗണന അനുഭവിക്കുന്ന കീഴാളർ അതിനെ മറികടക്കാനുള്ള വഴികളെ തേടുകയാണ്. പൊതുവെ കമ്മ്യൂണിസ്റ്റ് പാർട്ടികൾ കീഴാളന്റെതാണെന്ന് എല്ലാവരും കരുതുന്നു. അവരുടെ താത്വിക അടിത്തറ തൊഴിലാളികളാണ്. അവകാശങ്ങൾ കിട്ടിക്കഴിഞ്ഞതോടെ ഇനി ജാതീയമായ അപമാനങ്ങളിൽ നിന്നാണ് കീഴാളന് രക്ഷപ്പെടേണ്ടത്. അപ്പോൾ സ്വാഭാവികമായും ജാതീയമായി തരംതാഴ്ന്ന രാഷ്ട്രീയ പ്രസ്ഥാനങ്ങളെ അവർ ഉപേക്ഷിക്കുക തന്നെ ചെയ്യും. സാമൂഹ്യമാന്യതയ്ക്കുവേണ്ടി അവർ സവർണ്ണന്റെ വക്താവാകും.

സന്ദീപ്മാഷിന്റെ നിലപാടുകളെ പൂർണ്ണമായി ഉൾക്കൊള്ളാൻ സേതുമാഷിന് കഴിഞ്ഞില്ല. എന്നാൽ അതിനെ തള്ളിക്കളയാനും അയാൾ മടിച്ചു.

പിന്നീട് സന്ദീപ്മാഷ് സേതുമാഷിനോട് മറ്റൊരു സംഭവത്തെ വിവ രിക്കുന്നു.

സവർണ്ണൻ ഡോക്ടറോ മറ്റോ ആകുന്നുവെങ്കിൽ പലപ്പോഴും സ്വന്തം തട്ടകത്തിൽ തന്നെയാണ് താമസിക്കുക. അവർ അവിടെ തന്നെയാണ്

രോഗികളെ ചികിത്സിക്കുന്നത്. കുന്നത്തുപാളയത്തിലെ താഴ്ന്ന ജാതി ക്കാരുടെ ഇടയിൽ നിന്നാണ് ശശിധരൻ ഡോക്ടറായത്. അയാൾ പിന്നീടൊരിക്കലും അവിടെ താമസിക്കുന്നില്ല. സർക്കാർ ജോലി കിട്ടു ന്നതിന് മുമ്പുതന്നെ അയാൾ നഗരത്തിലെ സമ്പന്നൻമാരുടെ ഇടയി ലേക്ക് താമസം മാറി. പിന്നീട് അയാൾ സവർണ്ണനായിത്തീരാനുള്ള ശ്രമങ്ങളാണ് നടത്തുന്നത്. ഒരു സവർണ്ണ സ്ത്രീയെ പ്രണയിച്ച് വിവാഹം കഴിച്ച അയാൾ അവളുടെ ചൊൽപ്പടിക്ക് നിന്ന് ജീവിതം തുടർന്നു.

ശശിധരൻ പിന്നീട് ഒരിക്കലും കുന്നത്തുപാളയത്തിലേക്ക് തിരി ച്ചുവന്നില്ല. അയാൾ തന്റെ ഭൂതകാലത്തെ അപമാനമായി കരുതി. മക്കൾക്ക് ഭാര്യയുടെ ജാതിയെയാണ് അയാൾ സർക്കാർ രേഖകളിൽ നൽകിയത്.

അതോടെ സേതുമാഷിന്റെ സംശയങ്ങളെല്ലാം അവസാനിക്കുന്നു. നൂറ്റാണ്ടുകളായി അധഃകൃതരായി ജീവിച്ച കീഴാളർ സാമൂഹ്യമായ മാന്യ തക്കുവേണ്ടി പല വഴികളെയും തിരയുകയാണ്. അവർക്ക് ആർക്കും ഒറ്റയ്ക്ക് വഴിമാറാനാവില്ല. കൂട്ടപ്പടയാണ് അവരുടെ ജീവരക്ഷ.

ഉച്ചയൂണിന് സേതുമാഷ് വീട്ടിലേക്ക് പോയില്ല. സന്ദീപ്മാഷും അയാളും ഹോട്ടലിൽ നിന്ന് ഊണുകഴിച്ചു.

വീണ്ടും മരച്ചോട്ടിൽ സന്ദീപമാഷും സേതുമാഷും ഇരുന്നു. സേതുമാ ഷിന്റെ മനസ്സിൽ കീഴാളരായ പല രക്തസാക്ഷികളും കടന്നുവന്നു. അത് അയാളെ വല്ലാതെ അസ്വസ്ഥനാക്കി. എന്നാൽ അത്തരം കാര്യ ങ്ങളെ സ്വാഭാവികതയോടെയാണ് സന്ദീപ്മാഷ് കണ്ടത്. എവിടെയും സവർണ്ണർ രക്തസാക്ഷികൾ ആകുന്നില്ല. അതുകൊണ്ട് അവർക്ക് സൗജന്യങ്ങളും കിട്ടുന്നില്ല. കീഴാളനാണ് എവിടെയും രക്തസാക്ഷികളാ കുന്നത്. അതുകൊണ്ട് അവർക്ക് അനേകം സൗജന്യങ്ങളെ നേടിയെടു ക്കാൻ കഴിയുന്നു. എല്ലാ പാർട്ടികൾക്കും അവരാണ് വോട്ടുബാങ്കുകൾ.

സൗജന്യങ്ങളും രക്തസാക്ഷികളും തമ്മിൽ ആത്മബന്ധമാണുള്ളത്. ഒന്ന് മറ്റൊന്നിനെ പരസ്പരം സഹായിക്കുന്നു.

സേതുമാഷിന് സന്ദീപ്മാഷിന്റെ വാദങ്ങളെ അംഗീകരിക്കാനായി ല്ല. എന്നാൽ അയാൾക്ക് എതിർക്കാനും കഴിഞ്ഞില്ല. എന്തായാലും ആത്മാഭിമാനമില്ലാത്ത ഒരു സമൂഹത്തെ സൃഷ്ടിക്കാൻ ഇടതു വലതു കക്ഷികൾക്ക് കഴിഞ്ഞു. വെറുതെ ജീവിക്കുകയല്ല ഉത്തരവാദിത്വ ത്തോടെ ജീവിക്കുകയാണ് ആവശ്യം. ആത്മാഭിമാനമാണ് മനുഷ്യനെ ശക്തനാക്കുന്നത്. പക്ഷേ ആൾക്കൂട്ടം വിധി നിശ്ചയിക്കുമ്പോൾ ആത്മാ ഭിമാനം ഇല്ലാതാകുകയാണ്.

സേതുമാഷിന് ആകെ ഒരു മകനാണ്. ധനുഷ് കമ്പ്യൂട്ടർ എഞ്ചിനീയറി ങ്ങിന് പഠിക്കുന്നു. സാമ്പത്തികനില സുരക്ഷിതമായതുകൊണ്ട് പണം കൊടുത്താണ് അയാൾ പഠിപ്പിക്കുന്നത്. എന്നാൽ സന്ദീപ്മാഷിന്റെ നില പരുങ്ങലിലാണ്. ഒരാളുടെ വരുമാനം കൊണ്ട് അയാൾക്ക് എല്ലാ ആവശ്യങ്ങളെയും തീർക്കണം.

പിറ്റേന്ന് ഞായറാഴ്ചയാണ്. ആരും പണിക്കുവരില്ലെന്ന് മുൻകൂട്ടി പറഞ്ഞിട്ടുണ്ട്. പതിവുപോലെ എണീറ്റ സന്ദീപ്മാഷ് അലസനായി വെറുതെയിരുന്നു. അയാൾക്ക് പത്രം വായിക്കുക മാത്രമായിരുന്നു രാവിലത്തെ പണി.

പിന്നീട് കുളിച്ചൊരുങ്ങി സന്ദീപ്മാഷ് പണി സ്ഥലത്തേക്ക് പോകാൻ തയ്യാറായി.ഇത്തവണ രണ്ടു മക്കളെയും കൂട്ടിയാണ് അവർ വീട്ടു കാണാൻ പോകുന്നത്. പുതിയ വീടിനെ കണ്ടപ്പോൾ രണ്ടുപേർക്കും അമിതമായ സന്തോഷമാണ് തോന്നിയത്. അതിനെ അവർ പുറമേക്ക് പ്രകടിപ്പിക്കുകയും ചെയ്തു. അനഘയും അംഗിതയും മറ്റൊരു ലോകത്ത് എത്തിയതു പോലെയാണ് പെരുമാറുന്നത്.

മക്കളുടെ സന്തോഷത്തെ കണ്ടപ്പോൾ സന്ദീപ്മാഷിന്റെ മനോവിഷ മങ്ങൾ എല്ലാം അകന്നു. ജീവിതത്തിലെ ചെറിയ ചെറിയ സുഖങ്ങളിൽ അയാൾ മുഴുകി. കുട്ടികൾ വീടിന്റെ ചുറ്റപാടുകളിൽ ശ്രദ്ധയോടെ നടക്ക കയാണ്. പിന്നീട് വീടിന്റെ അകത്തേക്ക് കയറി അവർ പരിശോധന തുടങ്ങി. വന്ന സ്ഥിതിക്ക് സന്ദീപ്മാഷ് ചുവരുകളെല്ലാം നനച്ചുകൊ ണ്ടിരുന്നു.

അപ്പോൾ അനഘ സന്ദീപ്മാഷിനോട് പറഞ്ഞു:

'ഇപ്പോഴാണ് ശരിക്കും ഒരു വീടായത്. കാണാൻ നല്ല ഭംഗിയുണ്ട്. എനിക്കിഷ്ടപ്പെട്ടു.'

അംഗിതയും മനസ്സുതുറന്നു പറഞ്ഞു:

'എനിക്കും നല്ല ഇഷ്ടമായി. നന്നായിട്ടുണ്ട്.'

സന്തോഷമുണ്ടെങ്കിലും വ്യസനത്തോടെ സന്ദീപ്മാഷ് പറഞ്ഞു:

'അച്ഛന്റെ ഒരു ജന്മത്തിന്റെ സമ്പാദ്യമാണ് ഈ വീട്. ഇനി നിങ്ങളെ പഠിപ്പിച്ചു കല്ല്യാണം കഴിച്ച വിട്ടാൽ എന്റെ ജീവിതം പൂർണ്ണമായി.'

എന്തുകൊണ്ടോ അപ്പോൾ അങ്ങനെ പറയാനാണ് സന്ദീപ്മാഷിന് തോന്നിയത്. വീടുകെട്ടുമ്പോൾ എല്ലാപണികളെയും പൂർണ്ണതയിൽ എത്തിക്കാൻ അയാൾ പണിക്കാരെ നിർബ്ബന്ധിച്ചില്ല. ആദ്യം തോന്നുന്ന അയാളുടെ ആവേശം പിന്നീട് ഇല്ലാതാകും. എല്ലാം നശിക്കുമെന്ന

          മാംസഭക്ഷകൾ

തോന്നൽ അയാളടെ മനസ്സിലേക്ക് എവിടെനിന്നോ കടന്നവരും. പിന്നീട് അയാൾക്ക് പണിക്കാരോട് പൂർണ്ണതയ്ക്ക വേണ്ടി നിർബ്ബന്ധി ക്കാൻ കഴിയില്ല.

തന്റെ പല യാത്രകളിലും ആൾതാമസമില്ലാതെ പൂട്ടിക്കിടക്കുന്ന വീട്ടകളെ സന്ദീപ്മാഷ് കണ്ടിട്ടുണ്ട്. ചിലതെല്ലാം തനിയെ ഇടിഞ്ഞു പൊളിഞ്ഞിരിക്കും. ഒരു ട്രെയിൻ യാത്രയിൽ വെച്ച കണ്ട വീടിന്റെയും പരിസരത്തിന്റെയും ഓർമ്മ അയാളടെ മനസ്സിൽ ഇപ്പോഴുമുണ്ട്. രണ്ട തെങ്ങുകൾ കടപഴകി വീടിന്റെ മുകളിൽ വീണിരിക്കുന്നു. അവയെല്ലാം ഉണങ്ങിക്കരിഞ്ഞിരിക്കുന്നു. ഷെഡിൽ നിൽക്കുന്ന കാറിന്റെ ചക്രങ്ങൾ കാറ്റില്ലാതെ നിലംപതിഞ്ഞിരിക്കുന്നു. തൊടിയിൽ ആൾപെരുമാറ്റം ഇല്ലാത്തയുകൊണ്ട് ഇടതൂർന്ന ചെടികളാണ്.

കാഴ്ചകൾ ഇതൊക്കെ ആണെങ്കിലും ജീവിതത്തെ സത്യസന്ധമായി സന്ദീപ്മാഷ് ഉൾക്കൊണ്ടു. അതുകൊണ്ട് ജീവിതത്തിൽ നിന്ന് വേറിട്ട കയല്ല മുഴുകുകയാണ് അയാൾ ചെയ്തത്.

പണിക്കാരുടെ പണികളെ എല്ലാം സന്ദീപ്മാഷ് പരിശോധിച്ചു. ഒരു ദിവസത്തോടെ ഇലക്ട്രീഷ്യന്റെ പണികൾ അവസാനിക്കുന്നതാണ്. ചില ഫാൻസിലൈറ്റകൾ മാത്രമാണ് ഇനി ഘടിപ്പിക്കേണ്ടത്. ബാക്കി എല്ലാ പണികളും ചെയ്തകഴിഞ്ഞു. ഇലക്ട്രീഷ്യൻ കയ്യോടെ ലൈൻമേനെ കൊണ്ടവരാം എന്നാണ് പറഞ്ഞത്. അവർ വന്നാൽ സർവ്വീസ് വയർ വലിക്കുകയാണ് വേണ്ടത്. അത് വകുപ്പുതലത്തിൽ ചെയ്യേണ്ടതുമാണ്.

കെട്ടുകാരന്റെ പണിയും ഏകദേശം കഴിയാറായി. ഇനി ചാരം കെട്ടിയ തുളകളെ അടയ്ക്കണം. മേൽക്കുരയിൽ കലവ ഇടുകയും വേണം. പിന്നീട് മതിലും കെട്ടണം. ആശാരിപണി ഇനിയുമുണ്ട്. അടുക്കളയിൽ ഒരു പണിയും നടന്നിട്ടില്ല. അത് ഫെറോസിമന്റ് പണിക്ക ശേഷം ചെയ്യേണ്ടതാണ്. ഷോക്കേസുകൾ അവരാണ് ചെയ്യേണ്ടത്. അതിന ശേഷമാണ് ആശാരിപ്പണിയുള്ളത്.

ടൈൽസ്പണി പതുക്കെയാണ് നീങ്ങുന്നത്. പണി ചെയ്യുന്നതിനപ്പറം എത്രത്തോളം വരുമാനമുണ്ടാകുമെന്നാണ് ഹേമചന്ദ്രൻ ചിന്തിക്കുന്നത്. അവർ അലസമായി പണി ഇടതുകയാണ്. രണ്ട പെണ്ണങ്ങളും ആണങ്ങ ളുമാണ് ഉണ്ടായിരുന്നത്. ഇപ്പോൾ ഒരു പെണ്ണും രണ്ടാണങ്ങളുമാണ്. ടൈൽസ് പണിയിൽ എടുത്തു പറയത്തക്ക കുഴപ്പങ്ങളൊന്നമില്ല. ഇപ്പോൾ തന്നെ കരാറ സംഖ്യയും കഴിഞ്ഞ് പണി ഇടതുകയാണ്.

നിന്നതിരിയാൻ കഴിയാത്തത്ര പണിയാണ് സന്ദീപ്മാഷിനുള്ളത്. പൊക്കുന്നി മരപ്പേട്ടയിലേക്ക് സേതുമാഷും വരുന്നുണ്ട്. സേതുമാഷിന്റെ

സഹായം ഉണ്ടെങ്കിലും പണത്തിന്റെ കാര്യത്തിൽ സന്ദീപ്മാഷ് തന്നെ വഴി കണ്ടെത്തണം. ഇപ്പോൾ അയാളുടെ കരുതിവെയ്പ്പുകളെല്ലാം പരമാവധി തീർന്നിരിക്കുന്നു. ചെറിയൊരു സംഖ്യ മാത്രമാണ് ഇനിയ്യ ള്ളത്. ബാക്കി പണി തീർക്കണമെങ്കിൽ പി എഫിൽ നിന്ന് പണം എടുക്കണം. അതിനുള്ള അപേക്ഷ സന്ദീപ്മാഷ് കൊടുത്തുകഴിഞ്ഞു.

സന്ദീപ്മാഷ് രാത്രി ഉറങ്ങാതെ കിടക്കുമ്പോൾ സുമ പറഞ്ഞു:

'വല്ലാതെ വിഷമിക്കുകയൊന്നും വേണ്ട. ഉള്ള കാശിനു പണിയെട്ട ത്താൽ മതി. അടച്ച് ഉറപ്പുണ്ടെങ്കിൽ നമുക്ക് അവിടെ താമസിക്കാം. മറ്റൊന്നും ആലോചിക്കേണ്ട. വാടക കൊടുക്കാതെ കഴിയാം. ആ പണം ലോൺ അടച്ചാൽ മതി.'

എന്നാൽ അത്തരമൊരു അവസ്ഥ ഒരിക്കലും ഉണ്ടാകരുതെന്ന് സന്ദീ പ്മാഷ് ആഗ്രഹിച്ചു. അതുകൊണ്ട് അയാൾ പരമാവധി അനാവശ്യച ലവുകൾ ഒഴിവാക്കി. എങ്കിലും അയാൾക്ക് പലപ്പോഴും ചെലവുകളെ നിയന്ത്രിക്കാൻ കഴിഞ്ഞില്ല.

പൊന്മലആശാരി തന്റെ പണിക്കുറവിനെ കെട്ടുകാരന്റെ കഴി വുകേടായി വിവരിക്കുന്നു. ടൈൽസുകൾ വിരിക്കുന്നതോടെ എല്ലാ പണിക്കുറവും ഇല്ലാതാകുമെന്ന് കെട്ടുകാരൻ പറയുന്നു. കൂടാതെ പെയി ന്റിങ്ങ് ചെയ്യുന്നതോടെ പണിക്കുറവുകൾ പൂർണ്ണമായും തീരുന്നതാണ്. എന്നാൽ ഇതുവരെയുള്ള അനുഭവങ്ങളിൽ നിന്ന് സന്ദീപ്മാഷിന് തികച്ചും വ്യത്യസ്തമായ അറിവാണുള്ളത്.

ആരും മനസ്സിനെ കേന്ദ്രീകരിച്ചല്ല പണി ചെയ്യുന്നത്. അവർ കൂലിക്ക് വേണ്ടി യാന്ത്രികമായി പണി എടുക്കുകയാണ്. കൂടാതെ എല്ലാവരും എല്ലാവരോട്ടും സഹകരിച്ചല്ല പണി ചെയ്യുന്നത്. അവർ പരസ്പരം എന്തിനോ വേണ്ടി കലഹിക്കുകയാണ്. അതിന്റെ ദുരിതങ്ങൾ അനു ഭവിക്കുന്നത് വീട് കെട്ടുന്നവരാണ്. പണിക്കാർക്കെല്ലാം ആരോടോ പകയാണ്. സൗജന്യങ്ങൾ വളരെ അധികം കിട്ടുമ്പോഴും അവർ അസംതൃപ്തരാണ്.

മക്കളമായി ചായക്കടയിൽ കയറിയ സന്ദീപൻമാഷ് അവർക്ക് പഴം പൊരിയും പരിപ്പുവടയും വാങ്ങിച്ചുകൊടുത്തു. അയാൾ അനഘയുടെ പങ്കിൽ നിന്ന് ഒരു കഷ്ണം മാത്രം കഴിച്ചു. അവർ ചായ കുടിക്കാൻ തയ്യാറാ യില്ല. ഇടനേരത്തെ ചായകുടി മാഷിന് ശീലമാണ്, ഒഴിവാക്കാനാവില്ല.

പിറ്റേന്ന് സന്ദീപ്മാഷ് സേതുമാഷിന്റെ കൂടെ പൊക്കുന്നി മരപ്പെട യിൽ എത്തി. ഇത്തവണ അയാൾ പൊന്മലആശാരിയുടെ കുറിപ്പടി അനുസരിച്ച് മരങ്ങളെ അളന്നു വാങ്ങിച്ചു. കൈപ്പിടിക്കുള്ള നീലൻ മരവും

കടയാനുള്ള പതിനേഴ കാലുകളമാണ് വേണ്ടത്. പിന്നെ രണ്ടു ചെറിയ
ഋണകൾക്കുള്ള മരങ്ങളം വേണം.

മരപ്പെട്ടയിലെ കണക്കുകൾ തീർത്ത അവർ ഉണ്ണിയുടെ അടുത്തേയ്ക്
പെട്ടിഒാട്ടോയുടെ കൂടെ ബൈക്കിൽ പുറപ്പെട്ടു.

മുൻകൂട്ടി അറിയിച്ചതുകൊണ്ട് അവർക്ക് പെട്ടെന്നതന്നെ ഉണ്ണിയുടെ
കടച്ചൽമില്ലിൽ പണി തുടങ്ങാൻ കഴിഞ്ഞു. മരച്ചീളകളായി ഉരുണ്ടുകൂടുന്ന
മരത്തെ സന്ദീപ്മാഷ് കൗതുകത്തോടെ നോക്കി നിന്നു. സേതുമാഷം
അതുകാണാൻ ഇഷ്ടപ്പെട്ടിരുന്നു. നീണ്ട മരത്തടി പെട്ടെന്നതന്നെ
സുന്ദരമായ കൈപ്പിടിയായി തീർന്നു. രണ്ടുഭാഗത്തും കൈയ്യൊക്കത്തിന്
താരകളം ഉണ്ടാക്കി. തുടർന്നാണ് കാലുകൾ കടഞ്ഞെടുക്കുന്നത്. അവ
പാലുറികളായി നീണ്ടുനിവർന്നു വന്നു. ഉണ്ണി പതിനേഴ് കാലുകൾ
കടഞ്ഞു. പിന്നീട് വലിയ കാലുകളെയും അയാൾ കടഞ്ഞെടുത്തു. രണ്ടും
ഒരേ വലിപ്പത്തിലും രൂപത്തിലുമുള്ളതാണ്.

പറഞ്ഞ പണം കൊടുത്തു തിരിച്ച പുറപ്പെട്ടുമ്പോൾ സന്ദീപ്മാഷിന്
യാതൊരു വിഷമവും തോന്നിയില്ല. തന്നാലാവുംവിധം ഭംഗിയോടെ
യാണ് ഉണ്ണി പണി ചെയ്തിരിയ്ക്കുന്നത്.

പൊന്മലആശാരിയും കൂട്ടരും പണിത്തരങ്ങളെ എല്ലാം ഷെഡിലേക്ക്
വെച്ചു. അവർ പെട്ടെന്ന് തന്നെ മരക്കാലുകളിൽ തുളകൾ എടുത്തു
തുടങ്ങി. ദിവസങ്ങൾക്കു മുമ്പ് ടൈൽസ് പണിക്കാരൻ മുകളിലേക്കുള്ള
പടവുകളിൽ കള്ളികൾ തുളച്ചിരുന്നു. അയാൾ തലകീഴായി ബോൾട്ട
കളെയും പിടിപ്പിച്ചു.

മരപ്പണികളെ ശ്രദ്ധിക്കാതെ സന്ദീപ്മാഷ് സേതുമാഷിന്റെ കൂടെ
വീടിന്റെ മുമ്പിൽ എത്തി. സ്റ്റൂളിൽ ഇരുന്ന സേതുമാഷ് ചോദിച്ചു:

'വീട്ട കെട്ടി തളർന്നോ ? സഹായത്തിന് ആരുമില്ലെന്ന് വിചാരി
ക്കരുത്. എന്തു ബുദ്ധിമുട്ട് ഉണ്ടെങ്കിലും എന്നോട് പറയാം. എന്നെ
അന്യനായി കരുതരുത്. സാമ്പത്തിക പ്രശ്നങ്ങൾ ഉണ്ടെങ്കിൽ ഞാൻ
സഹായിക്കാം. മാഷിന്റെ വിഷമം എനിക്കറിയാം.'

അതുകേട്ടപ്പോൾ സന്ദീപ്മാഷിന്റെ കണ്ണുനിറഞ്ഞു. അയാൾ സേതു
മാഷിന്റെ വലതുകയ്യിൽ അമർത്തിപ്പിടിച്ചു. ജീവിതത്തിന്റെ കിതപ്പുക
ളിൽ ആശ്വാസത്തിന്റെ നനവുകൾ ഒലിച്ചിറങ്ങുന്നതായി അയാൾക്ക്
തോന്നി. ഒരുപക്ഷേ ആരും തരാത്ത ആശ്വാസമാണ് അയാൾക്ക്
അപ്പോൾ സേതുമാഷ് നല്കിയത്.

പൊന്മലആശാരി എല്ലാവരുടെയും കൂലി വാങ്ങി പോയതോടെ സന്ദീ
പ്മാഷം സേതുമാഷം ഇറങ്ങാൻ തയ്യാറായി. അപ്പോഴേയ്ക്കും ടൈൽസ്

ഹേമചന്ദ്രനും കൂട്ടരും എത്തി. അവർക്കും സന്ദീപ്മാഷ് അന്നത്തെ കൂലി കൊടുത്തു.

കരാറിന് പുറമെ കൂടുതലൊന്നും കൊടുക്കേണ്ടെന്ന് സേതുമാഷ് പലതവണ സന്ദീപ്മാഷിനോട് പറഞ്ഞതാണ്. ഒരു ദിവസത്തെ മുഴുവൻ കൂലിയും കൊടുക്കരുത്. എല്ലാം അവസാനം കണക്ക തീർത്തു നൽകിയാൽ മതി. എന്നാൽ അത്തരമൊരു തീരുമാനത്തെ നടപ്പിലാ ക്കാൻ സന്ദീപ്മാഷിന് കഴിഞ്ഞില്ല. പ്രായോഗികമായി അതു ചെയ്യാൻ അയാൾക്ക് കഴിയില്ല.

തളർച്ചയോടെയാണ് സന്ദീപ്മാഷ് വാടക വീട്ടിലേക്ക് മടങ്ങുന്നത്. അയാൾ ആരോട്ടും ഒന്നും സംസാരിച്ചില്ല. പിറ്റേദിവസം കറന്റ് കിട്ടുമെ ന്ന ആശ്വാസമായിരുന്നു സന്ദീപ്മാഷിന് ഉണ്ടായിരുന്നത്.

   മാംസഭുക്കുകൾ

പത്ത്

സർക്കാർ നടപടികൾ വളരെ പതുക്കെയാണ് നീങ്ങിയത്. മൂന്നു ദിവസം കഴിഞ്ഞാണ് ലൈൻമാനം സംഘവും ഇലക്ട്രീഷ്യന്റെ കൂടെ പുതിയ വീട്ടിൽ എത്തിയത്. അപ്പോൾ സന്ദീപ്മാഷ് മുൻവശത്ത് തന്നെ ഇരിക്കുകയാണ്. ലൈൻമാൻ പുഞ്ചിരിയോടെയാണ് കടന്നു വന്നത്.

പോസ്റ്റിൽ നിന്ന് വളരെ കുറച്ച ദൂരമാണ് സന്ദീപ്മാഷിന്റെ വീട്ടിലേക്ക ള്ളത്. അതുകൊണ്ട് അവർക്ക് എളുപ്പത്തിൽ സർവ്വീസ്വയർ വലിക്കാൻ കഴിഞ്ഞു. ഉടനടി തന്നെ അവർ വീട്ടിലേക്ക് കറന്റ് നൽകുകയും ചെയ്തു.

നന്ദി പറയാൻ വേണ്ടി തയ്യാറായ സന്ദീപ്മാഷിനോട് ലൈൻമാൻ പറഞ്ഞു:

'എന്റെ മകനെ മാഷ് പഠിപ്പിച്ചിട്ടുണ്ട്. അവൻ നന്നായത് മാഷിന്റെ ക്ലാസ്സിലായതുകൊണ്ടാണ്. അതു ഞാൻ മറക്കില്ല.'

ഇതു പറഞ്ഞാണ് അയാളും സംഘവും പോകുന്നത്. ഇലക്ട്രീഷ്യനും സഹായികളും വീട് മുഴുക്കെയുള്ള വിളക്കുകളെ കത്തിച്ചു. അവർ ചൂടുവെള്ളം ഉണ്ടാക്കുകയും ചെയ്തു. തടസ്സങ്ങളില്ലാതെ എല്ലാം ശരിയായി എന്നറിഞ്ഞപ്പോൾ സന്ദീപ്മാഷ് ആശ്വാസത്തോടെ നിശ്വസിച്ചു.

സന്ദീപ്മാഷ് കണക്കുകൾ പരിശോധിക്കാൻ നിന്നില്ല. അങ്ങനെ ചെയ്താൽ ഇലക്ട്രീഷ്യനാണ് അയാൾക്ക് പണം തിരിച്ചനൽകേണ്ടി വരിക. എങ്കിലും കണക്ക നോക്കാതെ ഇലക്ട്രീഷ്യന് സന്ദീപ്മാഷ് പണം കൊടുത്തു പറഞ്ഞുവിട്ടു. അയാൾ മാഷിനോട് നന്ദി പ്രകടിപ്പി ക്കുകയും ചെയ്തു.

ഇലക്ട്രീഷ്യനും സഹായികളും പോയപ്പോഴാണ് സന്ദീപ്മാഷ് പൊന്മ ലയെയും ആശാരികളെയും ശ്രദ്ധിക്കുന്നത്. അവർ ഇപ്പോൾ മരച്ചോ ട്ടിലെ വെച്ച കെട്ടിയ ഷെഡിലല്ല പണിയെടുക്കുന്നത്. ടൈൽസിട്ട മുൻഭാഗത്തെ മുറിയിലാണ്. വേനൽ കൂടിയതോടെ അവർ അകത്താണ് പണിയുന്നത്. മാഷ് പലതവണ അവരെ പിന്തിരിപ്പിക്കാൻ

ശ്രമിച്ചതാണ്. എങ്കിലും അവർ തണുപ്പുള്ള പുതിയ വീടിന്റെ ഉള്ളിൽ ഇരുന്നു പണിയെടുത്തു.

മരത്തിൽ മഴുകൊണ്ട് ആഞ്ഞടിക്കുമ്പോൾ സന്ദീപ്മാഷിന് വല്ലാത്ത വിഷമമമാണ് തോന്നുക. ടൈൽസ് പൊട്ടിപോകുമോ എന്ന ചിന്ത അയാളെ വിഷമിപ്പിച്ചു. എന്നാൽ അയാളുടെ മനോവിഷമത്തെ അവർ കണക്കാക്കിയില്ല.

ഒരിക്കൽ പൊന്മല ആശാരിയോട് സന്ദീപ്മാഷ് തന്റെ സംശയ ങ്ങളെ പറഞ്ഞതാണ്. ലാഘവത്തോടെ പുഞ്ചിരിച്ച അയാൾ മറുപടി പറഞ്ഞു:

'ഇതിന്റെ ഇരട്ടി വലിപ്പമുള്ള വീടുകൾ ഞങ്ങൾ പണിതിരിക്കുന്നു. പിന്നെയല്ലേ ഇത് ?'

വളരെ അധികം വിഷമത്തോടെയാണ് സന്ദീപ്മാഷ് ആ വാക്കുകളെ കേട്ടത്. എങ്കിലും അനാവശ്യമായ ബഹളങ്ങളെ ഒഴിവാക്കാൻ അയാൾ നിശ്ശബ്ദനായി. പൊന്മലആശാരിയുടെ വീട്ടിൽ പലതവണ അയാൾ പോയിട്ടുണ്ട്. അത് പലപ്പോഴും അയാളെ പണിക്ക് വിളിക്കാൻ വേണ്ടിയാണ്. അപ്പോൾ കോലായിലാണ് മാഷ് ഇരിക്കുക. ഇരിക്കാൻ പുല്ലുപായ മാത്രമായിരിക്കും നല്ലുക.

ഇത്തരം ഒരു സാഹചര്യത്തിൽ ജീവിക്കുന്ന പൊന്മലആശാരിയിൽ നിന്നു കേട്ട വാക്കുകളെ സന്ദീപ്മാഷിന് ഒരിക്കലും മറക്കാൻ കഴിഞ്ഞി ല്ല. പിന്നീട് ജീവിതകാലം മുഴുവൻ അയാളുടെ വാക്കുകൾ സന്ദീപ്മാഷി ന്റെ മനസ്സിൽ കിടന്നു.

ടൈൽസിലാണ് പണിയെടുക്കുന്നത് എന്നോർക്കാതെ പൊന്മലആ ശാരിയും കൂട്ടരും മരക്കാലുകളെ മഴുകൊണ്ട് അമർത്തി തല്ലുകയാണ്. സന്ദീപ്മാഷ് വിഷമത്തോടെ മുമ്പോട്ട നടന്നു. മാഷിന്റെ വിഷമത്തെ കണ്ടപ്പോൾ ടൈൽസ് പണിക്കാരൻ പറഞ്ഞു:

'കേടൊന്നും വരില്ല. വന്നാലും ഞങ്ങൾ ഇവിടെ ഉണ്ടല്ലോ.'

അതു വെറും ആശ്വാസവാക്കുകളാണെന്ന് സന്ദീപ്മാഷിന് അറിയാം. ഉച്ചയോടെ ഫിറോസിമന്റ് പണിക്കാരും കരാറുകാരനും വരുമെന്നാണ് പറഞ്ഞിരിക്കുന്നത്. അതുകൊണ്ട് അവർ വരുന്നത് നോക്കി സന്ദീ പ്മാഷ് ഇരുന്നു. ഇടയ്ക്ക് കരാറുകാരനെ വിളിച്ച് അവരുടെ വരവിനെ ക്കുറിച്ച് അന്വേഷിച്ചു.

പള്ളത്തു നിന്നാണ് അവർ പണി കഴിഞ്ഞുവരുന്നത്. അവിടെ രണ്ടു വീടിന്റെ പണി തുടർന്നു ചെയ്യാനുണ്ട്. സന്ദീപ്മാഷിന്റെ പണി കിട്ടിയാൽ ഒരു ടെമ്പോയിൽ എല്ലാവർക്കുമുള്ള പണിത്തരങ്ങളെ

മാംസഭക്ഷകൾ

അവർക്ക് എത്തിക്കാൻ കഴിയും. ഇടർന്ന് നാല ദിവസങ്ങളോടെ എല്ലാ പണികളം തീർക്കാമെന്നാണ് കരാറുകാരൻ സന്ദീപ്മാഷിനോട് പറഞ്ഞിരിക്കുന്നത്.

മിക്ക കരാറുകാരോടും സംസാരിക്കുക സേതുമാഷാണ്. അയാൾ ഉടനടി വരാമെന്ന് ഫോണിൽ വിളിച്ച പറഞ്ഞിട്ടുണ്ട്.

അധികം വൈകാതെ സേതുമാഷ് എത്തി. മുറ്റത്തു ബൈക്ക് നിർത്തിയ അയാൾ ആശാരിമാർ പണിയെടുക്കുന്ന ശബ്ദം കേട്ട് ഉള്ളിലേക്ക് നടന്നു. എന്നിട്ട് സന്ദീപ്മാഷിനോടായി ചോദിച്ച:

'ടൈൽസിൽ പണിയെടുക്കുന്നത് കണ്ടിട്ട് മാഷൊന്നും പറഞ്ഞില്ലേ ? അവരത് തല്ലി പൊളിക്കും.'

'ഞാൻ പറഞ്ഞതാണ്. അവർ കേൾക്കുന്നില്ല. കൊട്ടാരം പണിതിട്ടു ള്ള അവർക്ക് ഇതു കുടിലാണ്.'

വീടിന്റെ ഉള്ളിലേക്ക് നോക്കിയ സേതുമാഷ് ഉച്ചത്തിൽ വിളിച്ച പറഞ്ഞു:

'മാഷ് ഇനി ദിവസക്കൂലി ഒന്നും കൊടുക്കേണ്ട. ദിവസവും പാതിപണം കൊടുത്താൽ മതി. ടൈൽസിന് കേടുപാടുകൾ വന്നാൽ അതു കിഴിച്ച് അവസാനം കരാർ പണം കൊടുക്കാം. അതാണ് നല്ലത്.'

അതു പറഞ്ഞ സേതുമാഷ് സന്ദീപ്മാഷിന്റെ കൂടെ ചായ കുടിക്കാൻ ഇറങ്ങി.

അവർ വരുമ്പോഴേക്കും കാര്യങ്ങൾ ആകെ മാറിമറിഞ്ഞിരുന്നു. പൊന്മലആശാരിയും സഹായികളും വീണ്ടും ഷെഡിൽ എത്തിയിരിക്ക ന്നു. അവർ അവിടെ പണിഇടതുകയാണ്. ടൈൽസ് പതിച്ച നടുമുറി അവർ വൃത്തിയാക്കിയിരിക്കുന്നു.

അതുകണ്ടപ്പോൾ സേതുമാഷ് ശബ്ദമുണ്ടാക്കാതെ ചിരിച്ച. അപ്പോ ഴേക്കും ഫിറോസിമന്റ് കരാറുകാരനും കൂടെ രണ്ട പണിക്കാരും എത്തി. ആദ്യം സന്ദീപ്മാഷ് മുൻഭാഗത്തെ ഷോക്കേസ് കാണിച്ച. പിന്നെ ഡൈനിംങ് ഹാളിലെ ഷോക്കേസും അവർ കണ്ടു. അതിനുശേഷമാണ് അവർ അടുക്കളയിൽ എത്തുന്നത്. ഇടർന്ന് അവർ മുകളിലേക്ക് നടന്നു. അവിടെയുള്ള ഇറസ്സിൽ ഒരു ചാരുപടി വേണം. മുൻഭാഗത്തും മറ്റൊന്ന് വേണം. എന്നാലാണ് വീടിന് ഭംഗിയുണ്ടാകുക.

സന്ദീപ്മാഷിന്റെ മനസ്സിലിരുപ്പുകളെ അറിഞ്ഞ കാരാറുകാരൻ സഹാ യികളോട് അളവെടുക്കാൻ ആവശ്യപ്പെട്ട. അവർ കൃത്യമായി അളവ് എടുക്കുകയും ചെയ്തു. അത് നോക്കിയ കരാറുകാരൻ കണക്കുകളെ

ഡയറിയിൽ കുറിച്ച വെച്ച. അതിനശേഷം അയാൾ കാൽക്കുലേറ്ററിൽ പലതവണ കൂട്ടിക്കിഴിക്കലുകൾ നടത്തി. ഏകദേശസംഖ്യ അയാൾ പറഞ്ഞപ്പോൾ അവസാന തീരുമാനത്തിനു വേണ്ടി സംസാരിച്ചത് സേതുമാഷാണ്. അയാൾ ചെറിയൊരു സംഖ്യയെ മാത്രമാണ് കുറച്ചത്.

എങ്കിലും അവർ ഉടനടി കരാർ ഉറപ്പിച്ചു. അന്യനാട്ടുകാരനായതു കൊണ്ട് കരാറുകാരൻ പേരിനൊരു സംഖ്യയാണ് മുൻകൂറായി വാങ്ങി ച്ചത്. അയാളുടെ പണിയെക്കുറിച്ച് നല്ല അഭിപ്രായമാണ് സേതുമാഷിന ുള്ളത്. മൂന്നാം ദിവസംവരാമെന്നു പറഞ്ഞ് കരാറുകാരനും സഹായികളും പോയി.

എല്ലാവരും പോയതിനു ശേഷമാണ് സേതുമാഷ് പുതിയൊരു പ്രശ്നം എടുത്തിട്ടത്. സന്ദീപ് മാഷിന്റെ വീടുപണിതിരുന്ന രണ്ടു കീഴാളൻമാർ ഉയർന്ന ജാതിക്കാരായ രണ്ടു പെൺകുട്ടികളുമായി നാട് വിട്ടിരിക്കുക യാണ്. അവർ മൂന്നാം ദിവസം പോലീസ്റ്റേഷനിൽ നേരിട്ട ഹാജരാകു കയും ചെയ്ത. പിന്നീട് കോടതി ഉത്തരവ് പ്രകാരം പ്രായപൂർത്തിയായ അവർക്ക് ഒന്നിച്ച ജീവിക്കാനുള്ള അവകാശവും കിട്ടി. ഇക്കാലത്ത് കീഴാളൻ ഉയർന്ന ജാതിക്കാരായ സ്ത്രീകളെ വിവാഹം കഴിക്കുക പതി വാണെന്ന് സേതുമാഷ് കൂട്ടിച്ചേർത്തു. അതുപോലെയാണ് ചില കീഴാ ളപ്പെണ്ണങ്ങളും ചെയ്യുന്നത്. അതിന്റെ കാരണങ്ങളാണ് സേതുമാഷിന് അറിയേണ്ടത്. അയാൾ തനിക്ക് ആവുംവിധം ഒരുപാട് ചിന്തിച്ചെങ്കിലും വ്യക്തമായ ഒരു തീരുമാനത്തിൽ എത്താൻ കഴിഞ്ഞിട്ടില്ല.

സന്ദീപ്മാഷ് ഒരു പുഞ്ചിരിയോടെയാണ് സേതുമാഷിന്റെ പ്രശ്ന ത്തെ കേട്ടത്.

കീഴാളമ്മാർ എപ്പോഴും ഉയർന്ന ജാതിക്കാരായ സ്ത്രീകളെ വിവാഹം കഴിക്കാറുണ്ട്. എന്നാൽ അവർ ഒരിക്കലും തനിക്കു താഴെയുള്ള ജാതികളിൽ നിന്നും ആരേയും ഭാര്യയായും ഭർത്താവായും സ്വീകരി ക്കാറില്ല. അതിന്റെ കാരണങ്ങളെയാണ് കണ്ടെത്തേണ്ടതെന്നും സന്ദീപ്മാഷ് വിവരിച്ചു.

അവകാശങ്ങളെല്ലാം നേടിയെടുത്ത കീഴാളൻമാർ സ്വയം കൂലി നിശ്ച യിക്കുന്നു. അവർക്ക് ഇപ്പോൾ താഴ്ന്ന ജാതിയിൽ നിന്ന് ഉയരേണ്ടിയിരി ക്കുന്നു. അതാണ് അവർ സവർണ്ണ പാർട്ടിയിൽ ചേരുന്നത്. എന്നാൽ സാമൂഹ്യമായ ഉയർച്ചയ്ക്കുവേണ്ടി അവർക്ക് ഉയർന്ന ജാതിക്കാരാകണം. അതാണ് കീഴാളൻമാർ ഉയർന്ന ജാതിക്കാരെ പ്രണയിക്കുന്നതും വിവാഹം കഴിക്കുന്നതും. പ്രണയത്തെ അവർ ഒരു ഉപകരണമാക്കി മാറ്റുകയാണ്.

 മാംസഭുക്കുകൾ

സന്ദീപ്മാഷ് തുടർന്ന് പറഞ്ഞു:

'ഇത് ഹൈന്ദവ ജാതികളിൽ സംഭവിക്കുന്ന ചില പ്രശ്നങ്ങളാണ്. എന്നാൽ മതങ്ങൾ തങ്ങളുടെ ജനസംഖ്യ കൂട്ടുന്നതിനുവേണ്ടിയാണ് അന്യമതത്തിലുള്ള സ്ത്രീകളെ വിവാഹം കഴിക്കുന്നത്. ഇവിടെയും പ്രണയത്തെ ഉപകരണമാക്കുകയാണ് ചെയ്യുന്നത്.'

സന്ദീപ്മാഷിന്റെ മറുപടി കേട്ടപ്പോൾ സേതുമാഷ് പറഞ്ഞു:

'മാഷ് സൂക്ഷിക്കണം. രണ്ടു പെൺമക്കളൊണല്ലോ ഉള്ളത്.'

അതിന് വളരെ മുമ്പ് തന്നെ സന്ദീപ്മാഷ് പ്രശ്നങ്ങൾക്ക് പരിഹാരങ്ങൾ കണ്ടെത്തിയിരുന്നു. എല്ലാവരും ജൈവപരമായ കാര്യങ്ങൾക്കാണ് മുൻതൂക്കം നല്കുന്നത്. അത്തരം ജൈവവികാരങ്ങളെ സംസ്കാരത്തെ കൊണ്ടാണ് നേരിടേണ്ടത്. ജൈവവികാരങ്ങളുമായി മുമ്പോട്ട പോകുന്ന മക്കളെ അയാൾ ഒരിക്കലും തടയില്ല. സംസ്ക്കാരത്തെ കൊണ്ട് ജൈവവികാരങ്ങളെ ചിലർക്ക മാത്രമാണ് നേരിടാൻ കഴിയുക. അവരെ അവരുടെ വഴിക്ക് പോകാൻ സന്ദീപ്മാഷ് അനുവദിക്കും. എങ്കിലും സംസ്ക്കാരത്തെ ആർജ്ജിക്കാൻ വേണ്ടി മാഷ് മക്കൾക്ക് പുസ്തകങ്ങളുടെ വലിയൊരു ലോകത്തെ നല്കിയിട്ടുണ്ട്.

സന്ദീപ്മാഷിന്റെ മനസ്സിൽ ഒരു അച്ഛന്റെ അസ്വസ്ഥത എപ്പോഴും നിലനിന്നു. അനാവശ്യ ചിന്തകളിൽ നിന്ന് തലയൂരാൻ വേണ്ടി അയാൾ പൊന്മലആശാരിയുടെ അടുത്തേക്ക് നടന്നു. സേതുമാഷ് കുറച്ച മുമ്പാണ് യാത്രപറഞ്ഞു പോയത്.

പൊന്മലആശാരിയും കൂട്ടരും ചെറുഇഴപ്പ കൊണ്ട് മരങ്ങളെ മിനുസപ്പെടുത്തുകയാണ്. വാതിലുകളുടെയും ജനാലകളുടെയും എല്ലാ പണികളും കഴിഞ്ഞിരിക്കുന്നു. അവയെ ഇഴപ്പം ഉപ്പുകടലാസ്സും കൊണ്ട് മിനുസപ്പെടുത്തി കഴിഞ്ഞു. ഇനി കോണിപ്പടിയെയും അതിന്റെ കാലുകളെയുമാണ് ശരിയാക്കേണ്ടത്.

അവരുടെ പണികളെ സന്ദീപ്മാഷ് വെറുതെ നോക്കിക്കൊണ്ടിരുന്നു. അവരെല്ലാം പണിയിൽ തന്നെ ശ്രദ്ധിച്ചിരിക്കുകയാണ്. അവർ വല്ലാതെ വിയർക്കുന്നുണ്ട്. അവർക്ക് പരിസരബോധം ഒട്ടുംതന്നെ ഇല്ലെന്നു പറയാം.

എന്നാൽ ടൈൽസ്നേഹചന്ദ്രൻ എപ്പോഴും യാന്ത്രികമായാണ് പണിയെടുക്കുന്നത്. അയാളുടെ സഹായികളും അങ്ങനെ തന്നെയാണ്. അവരും പണിതീർക്കാൻ വേണ്ടി പണിയെടുക്കുകയാണ്. പരമാവധി സമയം കളയാനാണ് അവർ ശ്രമിക്കുന്നത്. പണി വേഗം കഴിക്കരുതെന്ന് അവർക്ക് നിർബ്ബന്ധമുണ്ട്.

നാട്ടുകാരായ പണിക്കാർ മിക്കവരും ഇങ്ങനെയാണ് പണിയെ ടുക്കുന്നത്. സുമ പറഞ്ഞ പഴയ ചില സംഭവങ്ങൾ സന്ദീപ്മാഷിന്റെ ഓർമ്മകളിലേക്ക് കടന്നുവന്നു. അക്കാലത്ത് അവർ അഗ്രഹാരത്തി ലാണ് വാടകയ്ക്ക് താമസിച്ചിരുന്നത്. ഇടവഴിയുടെ രണ്ടുവശത്തും നിര നിരയായി വീട്ടുകളാണ്. സന്ദീപ്മാഷിന്റെ എതിരെയുള്ള വീട്ടിലാണ് പത്മാവതിടീച്ചർ താമസിച്ചിരുന്നത്. പെൻഷൻപറ്റാറായ ടീച്ചർ നാട്ടിൽ വീട്ട് പണിയുകയാണ്. അഗ്രഹാരത്തിൽ വെച്ച് പുതിയ വീടിന വേണ്ട മരപ്പണി ചെയ്യാൻ അവർ നിശ്ചയിച്ചു. അതിന് നാല് ആശാരിമാരെ അവർ ഏർപ്പാടുചെയ്തു. അടുത്തുള്ള മരപ്പേട്ടയിൽ നിന്ന് പത്മാവതിടീച്ചർ ആവശ്യത്തിന വേണ്ട മരങ്ങളെയും വാങ്ങിച്ചു.

പത്മാവതിടീച്ചർ ഒമ്പതരയോടെയാണ് സ്ക്കൂളിലേക്ക് പോകുക. ആശാരിമാർ ഒമ്പതുമണിയോടെ ബദ്ധപ്പെട്ട് പണി തുടങ്ങും. ടീച്ചർ പോയതിനുശേഷം പത്തുമണിയോടെ അവർ ചായക്കടയിലേക്ക് പോകും. പിന്നീട് പതിനൊന്ന് മണിയോടെയാണ് അവർ മടങ്ങുക. തുടർന്ന് അവർ അന്നത്തെ പത്രം വായിച്ചുകൊണ്ടിരിക്കും. പന്ത്രണ്ടരയ്ക്ക് ശേഷമാണ് അവർ വീണ്ടും പണി തുടങ്ങുക.

ഉച്ചയൂണിന് വരുന്ന പത്മാവതിടീച്ചർ വിയർത്ത് പണിയെടുക്കുന്ന ആശാരിമാരെ കണ്ട് എപ്പോഴും അഭ്ഭുതപ്പെട്ടും. ടീച്ചർ പറയുമ്പോൾ മാത്രമാണ് അവർ ഒന്നരയോടെ ഊണിന് പോകുക. ഒന്നേമുക്കാലോടെ പത്മാവതിടീച്ചർ വീണ്ടും സ്ക്കൂളിലേക്ക് പോകുന്നു. അതിനുശേഷം രണ്ട രയോടെയാണ് ആശാരിമാർ മടങ്ങിവരുക. കുപ്പായങ്ങൾ അഴിച്ചുവെച്ച അവർ ഒരു ഉച്ചുറക്കത്തിന് തയ്യാറാകും. പിന്നീട് മൂന്നരയോടെ അവർ വീണ്ടും പണിയാരംഭിക്കുന്നു.

പത്മാവതിടീച്ചർ കാണുമ്പോൾ ആശാരിമാരെല്ലാം എപ്പോഴും പണി യെടുക്കുകയാണ്. അവർ പറഞ്ഞ സമയത്തിനു വാതിലുകളെയും ജനല കളെയും ഉണ്ടാക്കുന്നില്ല. അവസാനം പത്മാവതിടീച്ചർക്ക് ആശാരിമാ ർക്ക് കൂലി കൊടുക്കാൻ ആഭരണങ്ങളെ പണയപ്പെടുത്തേണ്ടിവന്നു.

സുമ ആശാരിമാരുടെ നീക്കങ്ങളെ എപ്പോഴും ശ്രദ്ധിച്ചുകൊണ്ടിരുന്നു. അവൾ കാര്യങ്ങളെ സന്ദീപ്മാഷിനോട് പ്രത്യേകം പറയുകയും ചെയ്തു. പത്മാവതിടീച്ചർക്ക് ആശാരിമാരെക്കുറിച്ച് സന്ദീപ്മാഷ് സൂചനകൾ നൽകിയതാണ്. അയാളുടെ വാക്കുകളെ പത്മാവതിടീച്ചർ ഗൗരവമായി എടുത്തില്ല.

എന്നാൽ ഫിറോ സിമന്റുകാർ സന്ദീപ്മാഷിനെ അഭ്ഭുതപ്പെടുത്ത കയാണ്. വാക്ക് തെറ്റിക്കാതെ അവർ മൂന്നാം ദിവസം തന്നെ പണി സാധനങ്ങളുമായി എത്തി. അവിടന്ന് കൊണ്ടുവന്ന സാധനങ്ങളെ

മാംസപ്പക്കുകൾ

അവർ വെള്ളം നനച്ചുവെച്ചു .അതിനുശേഷം അവർ ഷോക്കേസുകളുടെ പണികളാണ് നടത്തുന്നത്. ചുവരിൽ വേണ്ടതുപോലെ താരയിട്ട അവർ ഫിറോസിമന്റ് പാളികളെ വഴിക്കവഴി ബന്ധിപ്പിച്ചുതുടങ്ങി. അതിന് അവർ സിമന്റ് പാല്യകളെയാണ് ഉപയോഗിച്ചത്.

അവരാരും അനാവശ്യമായി സമയം കളയാൻ ശ്രമിച്ചില്ല. കരാറ കാരൻ അവരെ പണിയ്ക്ക് പറഞ്ഞുവിട്ടകയാണ് ചെയ്തത്. അവർ പണി ചെയ്യ തുടങ്ങിയതോടെ കരാറുകാരൻ സന്ദീപ്മാഷിന് ഫോൺ ചെയ്യു. അയാൾ എപ്പോഴും വിവരങ്ങളെ അന്വേഷിച്ചു. അഞ്ചുദിവസം അവർ അവിടെ തന്നെ ഉണ്ടറങ്ങി പണിയെടുക്കുമെന്ന് അയാൾ പറഞ്ഞു. കരാറുകാരൻ പറഞ്ഞ പണം കൂട്ടത്തിൽ ഒരാളെ ഏൽപ്പിക്കണമെന്ന് അയാൾ സൂചിപ്പിച്ചു. അതിനുവേണ്ടി പണി കഴിഞ്ഞാൽ വിളിക്കാമെന്ന പറഞ്ഞു.

തമിഴ്നാട്ടിലെ കരാറുകാരന്റെ വാക്കുകളെ അത്ഭുതത്തോടെയാണ് സന്ദീപ്മാഷ് കേട്ടത്. അയാളുടെ അറിവിൽ ഇവിടത്തെ പണിക്കാരെ എവിടെയെങ്കിലും മേൽനോട്ടമില്ലാതെ പണിക്കുവിട്ടാൽ മറ്റൊന്നാണ് സംഭവിക്കുക. പണിതുടങ്ങിയ അവർ ഇടയ്ക്ക നിർത്തും. പിന്നീട് വീണ്ടും കരാറുകാരൻ വന്നതിനുശേഷമാണ് അവർ പണി ആരംഭിക്കുക.

ഇവിടെ അതല്ല സംഭവിക്കുന്നത്. കരാറുകാരൻ ഇല്ലെങ്കിലും ഫിറോ സിമന്റ് പണിക്കാർ കൃത്യമായി ജോലി ചെയ്യുകയാണ്. മൊത്തത്തില ള്ള പണിക്ക് എത്ര ദിവസം വേണ്ടിവരുമെന്ന് കരാറുകാരന് അറിയാം. അതുകൊണ്ട് അയാൾ അവരുടെ പണിയെക്കുറിച്ച് കൂടുതൽ അന്വേ ഷിക്കുന്നില്ല.

പിറ്റേന്ന് വൈകുന്നേരത്തോടെ സേതുമാഷിന്റെ കൂടെ നടക്കാനി റങ്ങിയ സന്ദീപ്മാഷിനെ ഫിറോസിമന്റ് പണിക്കാർ അത്ഭുതപ്പെട്ട ത്തുക തന്നെ ചെയ്യു. സമയം വൈകുന്നേരം ഏഴ മണി കഴിഞ്ഞിരുന്ന. തന്റെ വീട് പണിയുന്ന സ്ഥലത്ത് വിളക്കുകൾ കത്തുന്നത് മാഷ് കണ്ടു. സന്ദീപ്മാഷും സേതുമാഷും അവിടേയ്ക്ക് കയറിച്ചെന്നു. കാഴ്ചകൾ അവരെ അമ്പരപ്പിക്കുക തന്നെ ചെയ്യു. അടുക്കളയിൽ ഫിറോ സിമന്റ് പണിക്കാർ പണിയെടുക്കുകയാണ്.

സന്ദീപ്മാഷിനെ കണ്ട ഒരാൾ പറഞ്ഞു:

'മുതലാളിക്ക് പണിയെ കുറിച്ച് നല്ലതുപോലെ അറിയാം. പണി തീരാൻ എത്ര ദിവസം വേണമെന്ന് അയാൾ കണക്ക് കൂട്ടിയിട്ടുണ്ട്. ഞങ്ങൾ എത്രയും വേഗം പണി തീർത്തു മടങ്ങും. അതിന് രാവും പകലും കണക്കാക്കാറില്ല.'

മറുപടി പറയാതെ അവർ നിശ്ശബ്ദരായി തിരിച്ചനടന്നു. പക്ഷേ ഇവിടെ എന്താണ് സംഭവിച്ചത് എന്ന ചിന്ത അവരെ വിഷമിപ്പിക്ക കയും ചെയ്തു. സംഘടിതശക്തികൾ അവകാശങ്ങളെക്കുറിച്ച മാത്രം പറഞ്ഞപ്പോൾ കർമ്മങ്ങളെല്ലാം അനാവശ്യങ്ങളായി. ജനാധിപത്യ വും പൗരബോധവും ഇല്ലാത്തതാണ് സമൂഹത്തിന്റെ ആകെ പ്രശ്നം. മിക്കവരും ഒരു ജനാധിപത്യ സമൂഹത്തിൽ ജീവിക്കാൻ യോഗ്യരല്ല. അവരിപ്പോഴും അടിമത്തത്തെയാണ് ആഗ്രഹിക്കുന്നത്. അപ്പോൾ മാത്രമാണ് അവർക്ക് കർമ്മബോധത്തോടെ പണിയെടുക്കാൻ കഴിയുക. സ്വന്തം ഉത്തരവാദിത്വത്തെ ഉപേക്ഷിക്കുന്ന ഒരു സമൂഹം തീർച്ചയായും അധഃപതിക്കുക തന്നെ ചെയ്യും. ജീർണ്ണിച്ച ആ അവസ്ഥ യിലേക്ക് മറ്റാരെങ്കിലും കടന്നു വരും. അത് ചിലപ്പോൾ മറ്റൊരു സമൂഹമോ ചില വ്യക്തികളോ ആകാം.

സമൂഹം ഇങ്ങനെയൊക്കെ ആകേണ്ടതും ഇങ്ങനെ തന്നെ നില നിൽക്കേണ്ടതും ചിലരുടെ താൽപര്യങ്ങളാണ്. അദ്ധ്വാനിക്കാതെ ജീവിക്കുന്ന അവരാണ് എപ്പോഴും അദ്ധ്വാനത്തെക്കുറിച്ച് പറയുന്നത്.

സന്ദീപ്മാഷ് വേദനയോടെ തലകുനിച്ചിരുന്നു. അയാൾക്ക് സമൂഹ ത്തിന്റെ ഭാവിയെ ഓർത്തപ്പോൾ വല്ലാത്ത വിഷമമാണ് തോന്നിയത്.

വീടിന്റെ പണി ഒരുവിധം തീരാറായി. ഇനി മേൽക്കൂരയിൽ കലവ ഇടണം. അതിനുശേഷം ചാരംകെട്ടിയ തുളകൾ അടയ്ക്കണം. മതിലുപ ണിയുമുണ്ട്. ആശാരിപ്പണി കഴിയാനാണ് സമയമെടുക്കുക.

സന്ദീപ്മാഷ് വീണ്ടും കണക്കുകൂട്ടലുകൾ നടത്തിക്കൊണ്ടിരുന്നു. സുമയുടെ ആഭരണങ്ങളെ പണയം വെയ്ക്കാതെ യാതൊരു നിവൃത്തിയു മില്ല. ഇൻകംടാക്സിൽ നിന്ന് രക്ഷപ്പെടാൻ വേണ്ടി പോസ്റ്റോഫീസിൽ നിന്ന് അമ്പതിനായിരത്തിന്റെ സേവിംങ്സ് സർട്ടിഫിക്കറ്റുകൾ എടു ക്കേണ്ടിവന്നു. സ്വർണ്ണം പണയംവെയ്ക്കാൻ അവൾ സന്തോഷത്തോടെ തയ്യാറും. അവയെല്ലാം താൻ കഷ്ടപ്പെട്ട് വാങ്ങിച്ചതാണ്. അത് സന്ദീപ്മാ ഷിന് ബോദ്ധ്യവുമുണ്ട്. വിൽക്കുന്നില്ലല്ലോ എന്ന ആശ്വാസമാണ് അയാ ൾക്കുള്ളത്. പി.എഫിൽ നിന്ന് എടുക്കാവുന്ന പണമെല്ലാം എടുത്തു കഴിഞ്ഞു. ഇനി അവിടെ കാര്യമായ സംഖ്യകൾ ഒന്നുമില്ല. വീട്ടുകെട്ടി ഇടങ്ങുമ്പോൾ പി.എഫിൽ നിന്ന് പണമെടുക്കേണ്ടെന്ന് കരുതിയ താണ്. അതു നടന്നില്ല. എങ്കിലും വലിയൊരു മുതലാണ് സ്വരുക്കൂട്ടിയത്. അത്തരം തോന്നലോടെ സന്ദീപ്മാഷ് വീട്ടിലെത്തി.

ഇപ്പോൾ സന്ദീപ്മാഷിന്റെ രൂപപ്രകൃതങ്ങൾ ആകെ മാറിയിരിക്കുന്നു. മുഖത്തിലെ സൗമ്യ ഭാവങ്ങൾ ഇപ്പോഴുമുണ്ട്. എന്നാൽ ശരീരം വെയില കൊണ്ട് കരുവാളിച്ചിരിക്കുന്നു. ചെറുതായി മെലിഞ്ഞിട്ടുണ്ട്. സേതുമാഷ്

സഹായിച്ചില്ലെങ്കിൽ തീർച്ചയായും സന്ദീപ്മാഷിന് വീടുപണി തുടരാ
നാവില്ല.

മനസ്സിന്റെ അടുപ്പമാണ് ജീവിതത്തിന്റെ ശക്തിയെന്ന് പതുക്കെ
ആണെങ്കിലും സന്ദീപ്മാഷ് തിരിച്ചറിഞ്ഞു തുടങ്ങി. മിക്കവരും നേട്ട
ത്തിനു വേണ്ടിയാണ് ബന്ധങ്ങൾ ഉണ്ടാക്കുന്നത്. ആത്മാർത്ഥത
യുള്ളവരാണ് നഷ്ടമാണെന്നറിഞ്ഞിട്ടും കൂടെ നിൽക്കുക.

എല്ലാദിവസവും പതിവുതെറ്റിക്കാതെ സന്ദീപ്മാഷ് പണിസ്ഥലത്ത്
എത്തി. അത്യാവശ്യത്തിന് അവധിയെടുത്തു. സേതുമാഷ് സ്ക്കൂൾ
വിട്ടാൽ എപ്പോഴും അയാളെ കാണാനെത്തും.

ഫിറോ സിമന്റ് പണിക്കാരാണ് സന്ദീപ്മാഷിനെ അമ്പരപ്പിച്ചത്.
കരാറുകാരൻ പിന്നീടൊരിക്കലും അയാളെ കാണാൻ വന്നില്ല.
പണിയുടെ പുരോഗതി ഫോണിൽ കൂടെ അന്വേഷിക്കുക മാത്രമാണ്
അയാൾ ചെയ്തത്. ഫോണിൽ ചിലപ്പോൾ അവർക്ക് പണം കൊടുക്കാൻ
ആവശ്യപ്പെട്ടു. അവർ യാതൊരു ന്യായവാദങ്ങളും ഇല്ലാതെ രാവ്പക
ലുകളിൽ പണി ചെയ്തുകൊണ്ടിരുന്നു.

നാലാം ദിവസം ഉച്ചയോടെ ഫിറോസിമന്റ് പണിക്കാർ അവരുടെ
പണികളെ അവസാനിപ്പിച്ചു. കരാറുകാരൻ പറഞ്ഞ പണം സന്ദീ
പ്മാഷ് അവർക്കു കൊടുത്തു. കൂട്ടത്തിൽ തന്റെ വകയായി കൂടുതലും
അയാൾ നല്കി.

വീടുപണി നീളുന്നതോടെ സന്ദീപ്മാഷിന്റെ മനസ്സിൽ വേവലാതി
കൂടിക്കൂടിവന്നു. ഓരോ ദിവസം കഴിയുന്തോറും അയാളുടെ കരുതി
വെയ്പ്പുകൾ ഇല്ലാതാവുകയാണ്. പി.എഫിൽ നിന്നും ബാങ്കിൽ നിന്നും
ഇനി കടം എടുക്കാനാവില്ല. ഇതിനെക്കുറിച്ചൊന്നും വിശദമായി സേതു
മാഷിനോട് സംസാരിച്ചിട്ടില്ല. എങ്കിലും അയാൾക്ക് സന്ദീപ്മാഷിന്റെ
കാര്യങ്ങളെ എല്ലാം നന്നായി അറിയാം.

ടൈൽസ് ഹേമചന്ദ്രനും കൂട്ടരും സാവധാനത്തിൽ പണി ചെയ്തുകൊ
ണ്ടിരിക്കുന്നു. എത്ര ദിവസം നീട്ടാൻ കഴിയുമോ അതാണ് അയാളുടെ
ലക്ഷ്യം. അടുക്കളയിലും ചാരുപടികളിലും ഗ്രാനൈറ്റാണ്. മുൻഭാഗത്ത്
സിറ്റൗട്ടിലും ഗ്രാനൈറ്റ് തന്നെയാണ്. മിക്ക മുറികളുടെയും അരികുകളിൽ
ടൈൽസ് ഒട്ടിക്കണം. ആ പണിയാണ് ഇപ്പോൾ ചെയ്യുന്നത്. എന്നാലും
കണക്ക നോക്കിയാൽ സന്ദീപ്മാഷിനാണ് ടൈൽസ്കാരൻ പണം
തിരിച്ച തരേണ്ടിവരുക.

സേതുമാഷ് എപ്പോഴും സന്ദീപ്മാഷിനെയാണ് കുറ്റക്കാരനാക്കുക.
പണിക്കാരെ നിലക്കു നിർത്തണമെന്ന് അയാൾ എപ്പോഴും പറഞ്ഞു.

എന്നാൽ മനുഷ്യനോട് അധികാരത്തോടെയും ആജ്ഞാപിച്ചും പെരുമാറാൻ സന്ദീപ്‌മാഷിന് കഴിയില്ല. അവർ ഉത്തരവാദിത്വത്തോടെ പണിയെടുക്കുമെന്നാണ് അയാൾ വിശ്വസിച്ചത്. വീട്‌കെട്ടി ഇടങ്ങിയ തോടെ മാഷിന്റെ ധാരണ മാറിയിരിക്കുന്നു.

സന്ദീപ്‌മാഷിന്റെ ഇരുണ്ട മുഖത്തെ കണ്ടപ്പോൾ സുമ പറഞ്ഞു:

'ഇപ്പോൾ ഞങ്ങൾക്ക് അത്യാവശ്യമായ ആഭരണങ്ങളെ വേണ്ടൂ. ആവശ്യം വരുമ്പോൾ മാഷ് ചോദിക്കാൻ മടിക്കരുത്. വിൽക്കുകയോ പണയംവെക്കുകയോ ചെയ്യാം. ആദ്യം വീട്ടുകെട്ടി കഴിയട്ടെ. എന്നിട്ടു മതി അലങ്കാരങ്ങൾ.'

സുമയുടെ വാക്കുകൾ കേൾക്കുമ്പോഴാണ് എപ്പോഴും സന്ദീപ്‌മാഷിന് ആശ്വാസം തോന്നുക. അതുതന്നെയാണ് സേതുമാഷിന്റെ സാമീപ്യവും നൽകുന്നത്.

ശുഭശകുനങ്ങൾ കണ്ടതിനശേഷമാണ് സന്ദീപ്‌മാഷ് വീട്ടിൽനിന്ന് ഇറങ്ങുന്നത്. സ്ഥലത്തെത്തുമ്പോൾ അയാൾ ആരും പണിക്കു വന്നിട്ടില്ലെന്ന് അറിഞ്ഞു. ഫിറോസിമന്റുകളെ നനച്ച അയാൾ കുറച്ചനേരം അവരെ കാത്തിരുന്നു. ഇപ്പോൾ നേരത്തെ ഒന്നും ആരും വരാറില്ല. ഒമ്പതുമണിയോടെയാണ് എല്ലാവരും എത്തുക.

ആശാരിമാരും ടൈൽസ്‌കാരും ഒന്നിച്ചാണ് വന്നത്. കൃഷ്ണൻകുട്ടിയും ഗൗരിയും മാത്രമാണ് കെട്ടുപണിക്കാരായുള്ളത്. മാഷ് ചോദിക്കുന്നതിന മുമ്പായി കൃഷ്ണൻകുട്ടി മറ്റു പണിക്കാർ അവധിയിലാണെന്ന് പറഞ്ഞു. അയാളുടെ മറുപടി ശ്രദ്ധിക്കാതെ അവർ കലവ കലക്കി ഇടങ്ങി.

പണിവലിയുന്നത് കണ്ട് വിഷമിച്ചിരുന്ന സന്ദീപ്‌മാഷിന്റെ മുമ്പിലേക്ക് രണ്ടു ചെറുപ്പക്കാർ ബൈക്കിൽ വന്നു നിന്നു. അവർ അയാളെ കണ്ട് പുഞ്ചിരിയോടെ അടുത്തെത്തി. ഒരു ചെറുപ്പക്കാരൻ കണക്കുകളുടെ നീണ്ട കടലാസ് അയാളുടെ നേർക്ക് നീട്ടിപ്പിടിച്ചു. അവയെ വായിച്ച നോക്കിയ സന്ദീപ്‌മാഷ് പുഞ്ചിരിയോടെ കടലാസ് തിരിച്ചുനൽകി. എന്നിട്ട് അവരോട് കൂടെവരാൻ ആവശ്യപ്പെട്ടു.

പടികൾ കയറിയ ചെറുപ്പക്കാർ സന്ദീപ്‌മാഷിന്റെ കൂടെ രണ്ടാം നിലയിൽ എത്തി. സിമന്റിൽ കെട്ടിയ വെള്ളടാങ്ക് കാണിച്ച കൊടുത്തതിന ശേഷം മാഷ് പറഞ്ഞു:

'ഈ കണക്കൊന്നും എന്റെതല്ല. ഞാൻ നിങ്ങളോട് സാധനങ്ങൾ കടം തരാൻ ആവശ്യപ്പെട്ടിട്ടില്ല. അത്യാവശ്യ സാധനങ്ങളെ വാങ്ങിച്ചിട്ടുണ്ടെങ്കിൽ ഞാൻ നേരിട്ട് കാശു തന്നിട്ടുമുണ്ട്. ഞാൻ പ്ലാസ്റ്റിക് വാട്ടർ ടാങ്ക് ഒന്നുമല്ല ഉപയോഗിച്ചത്. അയാൾ മറ്റാർക്കോ വേണ്ടി വാങ്ങിച്ചതാണ്.

 മാംസപ്പൂക്കൾ

നിങ്ങൾ എന്നോടല്ല പണം ചോദിക്കേണ്ടത്; അയാളോടാണ്.'

അതുകേട്ടപ്പോൾ അവർ നിശ്ശബ്ദരായി ഇറങ്ങിപ്പോയി. ബൈക്കിൽ കയറുമ്പോൾ ഒരു ചെറുപ്പക്കാരൻ പറഞ്ഞു:

'അവനെ അങ്ങനെ പറ്റിക്കാൻ ഞങ്ങൾ സമ്മതിക്കില്ല. എന്തുചെയ്യ ണമെന്ന് ഞങ്ങൾക്കറിയാം.'

അവർ എന്തു ചെയ്യുവെന്ന് സന്ദീപ്മാഷിന് പെട്ടെന്ന തന്നെ അറിയാൻ കഴിഞ്ഞു. ബൈക്കിൽ പോയിക്കൊണ്ടിരുന്ന ഇലക്ട്രീഷ്യനെ അവർ തടഞ്ഞു നിർത്തി. ഇടർന്ന് അയാളെ വഴിയിൽ ഇറക്കി വിട്ട് അവർ ബൈക്കുമായി പോയി. അങ്ങനെ കടംകൊടുത്ത സാധനങ്ങ ൾക്കുള്ള മുതലിനെ അവർ കൈക്കലാക്കുന്നു.

ഇലക്ട്രീഷൻ സത്യസന്ധനായ പണിക്കാരൻ ആണെന്നാണ് സന്ദീപ് മാഷ് കരുതിയത്. എന്നാൽ ഇലക്ട്രീഷ്യന്റെ അടവുകളെ പിന്നീടാണ് വിശദമായി അയാൾ അറിയുന്നത്. പ്ലംബിങ് സാധനങ്ങളും ഇലക്ട്രി ക്കൽ സാധനങ്ങളും പലരും അടുത്തതന്നെയുള്ള കടകളിൽ നിന്നാണ് വാങ്ങിക്കുക. അതോടെ അയാൾക്ക് പുതിയ അവസരങ്ങൾ ഉണ്ടാകുന്നു. വീട്ടുകെട്ടുന്നവർ സാധനങ്ങൾക്ക് പണം കൊടുക്കും. എങ്കിലും അയാൾ പലപ്പോഴും അവിടെ കടം പറയുകയാണ് ചെയ്യുക. കടകളിൽ കടംപ റയുന്നവരാണ് കൂടുതൽ അബദ്ധത്തിൽപ്പെടുക. അവർക്ക് എവിടെയും കൃത്യമായ കണക്കുകളെ കരുതി വെയ്ക്കാനാവില്ല.

വിവരം അറിഞ്ഞപ്പോൾ സേതുമാഷ് പറഞ്ഞു:

'നമുക്ക് ആരെയും വിശ്വസിക്കാൻ കഴിയില്ല. പണിക്കാരെല്ലാം ഒരു പോലെയാണ്. അവർക്ക് മുതൽ മുടക്കുന്ന എല്ലാവരും ശത്രുക്കളാണ്. മാഷ് വീട്ട കെട്ടുമ്പോൾ ഒരു തവണ അനുഭവിച്ച കാര്യമാണ് ഞാൻ പാടത്ത് പണിക്ക് എപ്പോഴും അനുഭവിക്കുന്നത്. സ്ഥലത്ത് ആളില്ലെ ങ്കിൽ അവർ ഒന്നും ചെയ്യില്ല. അതാണ് സത്യം.'

സത്യത്തെ വ്യാഖ്യാനിച്ചതു കൊണ്ട് പ്രയോജനമില്ലെന്ന് സന്ദീപ്മാ ഷിന് അറിയാം. അതുകൊണ്ട് അയാൾ നിർദ്ദയമായ സത്യത്തെ സത്യസന്ധമായി സ്വീകരിച്ചു.

പതിനൊന്ന്

മേൽക്കൂരയുടെ തേയ്പ്പ് കഴിഞ്ഞതോടെ കൃഷ്ണൻകുട്ടിയുടെയും സഹായികളുടെയും വരവു കുറഞ്ഞു. ഇനി അസ്തിവാരത്തിലും ചാരംകെട്ടാൻ ഉണ്ടാക്കിയ തുളകളിലുമാണ് പണിയുള്ളത്. കൂടാതെ മതിലും കെട്ടണം. അതോടെ കെട്ടുപണിക്കാരുടെ പണികളെല്ലാം തീരും. ഏകദേശം പത്തു ദിവസം മാത്രമാണ് അവർക്ക് പണിയുള്ളത്.

മിക്കദിവസങ്ങളിലും സന്ദീപ്മാഷ് രാവിലെ തന്നെ പണിസ്ഥല ത്തെത്തും. ആദ്യമായി അയാൾ മേല്ലൂര നനയ്ക്കും. ഇല്ലാത്ത ധൈര്യം ഉണ്ടാക്കിയാണ് അയാൾ മേൽക്കൂരയിൽ കയറുക. ഇപ്പോൾ പണി തീർക്കാൻ സന്ദീപ്മാഷ് കഷ്ടപ്പെടുകയാണ്. സുമയുടെ മിക്ക ആഭരണ ങ്ങളും പണയത്തിലാണ്. എങ്കിലും ആരോടും കൈകടമായി അയാൾ യാതൊന്നും വാങ്ങിയിട്ടില്ല.

സേതുമാഷ് ഇടയ്ക്കിടെ സന്ദീപ്മാഷിന്റെ കഷ്ടങ്ങളെ ചോദിച്ചറിയാ റുണ്ട്. എങ്കിലും സേതുമാഷിനോട് അയാൾ യാതൊരു സാമ്പത്തിക സഹായവും ചോദിച്ചിട്ടില്ല.

പുതിയ വീട്ടിൽ ആശാരിമാരാണ് പണികൾ ചെയ്യുന്നത്. അവർ അടുക്കള അലമാരകളാണ് ശരിപ്പെടുത്തുന്നത്. ടൈൽസ്പണിയാണ് പതുക്കെ നീങ്ങുന്നത്. പലപ്പോഴും അവര സമയം തള്ളിനീക്കുകയാ ണെന്നാണ് തോന്നുക. രണ്ട ആണങ്ങളും ഒരു പെണ്ണും മാത്രമാണ് ടൈൽസ്പണി ചെയ്യുന്നത്. അവർ അടുക്കളയിൽ ഗ്രാനൈറ്റും സിങ്കും പിടിപ്പിച്ചുകഴിഞ്ഞു. അപ്പോഴാണ് സന്ദീപ്മാഷ് സുമയെ നിർബ്ബന്ധിച്ച് പുതിയ വീട്ടിലേക്ക് വരുത്തിയത്. അവളുടെ ഉയരം കണക്കാക്കിയാണ് അടുക്കളയിൽ ഇടുപ്പുയരത്തിൽ ഗ്രാനൈറ്റ് വെച്ചത്.

സന്ദീപ്മാഷിന്റെ മുഖത്തെ പ്രസന്നതയും അകന്നിരിക്കുന്നു. കൃഷ്ണ ൻകുട്ടിക്ക വേണ്ടിയുള്ള കാത്തിരിപ്പ് അയാളെ വല്ലാതെ വിഷമിപ്പിക്ക കയാണ്.

ഒരിക്കൽ സന്ദീപ്മാഷ് കൃഷ്ണൻകുട്ടിയുടെ വീട്ടിൽ രാവിലെ തന്നെ എത്തി. അയാൾ കുളിച്ചൊരുങ്ങി പുറമേല്ല ഇറങ്ങാൻ തയ്യാറായിരുന്നു. സന്ദീപ്മാഷിനെ കണ്ടപ്പോൾ കൃഷ്ണൻകുട്ടി ഇറങ്ങിവന്നു.

 മാംസഭക്ഷകൾ

എന്നിട്ടു പറഞ്ഞു:

'മാരിയമ്മൻകോവിൽ പണിയാണ്. അതുകഴിഞ്ഞാൽ ഒരാഴ്ച കൊണ്ട് മാഷിന്റെ പണി ഞങ്ങൾ തീർത്തുതരും അതുറപ്പാണ്.'

പണി ചോദിക്കാൻ വന്ന അന്നത്തെ കൃഷ്ണൻകുട്ടിയെയും ഇപ്പോഴത്തെ ആളെയും മാഷ് ഓർത്തുനോക്കി. തികച്ചും വ്യത്യസ്തങ്ങളായ സ്വഭാവപ്ര കൃതങ്ങളാണ്. പണി ചോദിച്ച സന്ദീപ്മാഷിന്റെ മുമ്പിലേക്ക് വരുമ്പോൾ കൃഷ്ണൻകുട്ടി ഭയഭക്തിയോടെയാണ് പെരുമാറിയത്. ഇപ്പോൾ ആവശ്യം സന്ദീപ്മാഷിന്റെതാണ്. അതുകൊണ്ട് അയാൾ അലസമായാണ് സംസാരിക്കുന്നത്. അന്നത്തെ താഴ്ന്ന ഒച്ച കനംവെച്ചിരിക്കുന്നു.

മുമ്പ് പണിക്കാർ പണി അന്വേഷിച്ച് പല വീടുകളിലും വന്നിരുന്നു. ഇപ്പോൾ വീട്ടുകാർ പണിക്കാരെ അന്വേഷിച്ച് അവരുടെ വീടുകൾ കയറിയിറങ്ങുകയാണ്. കാലത്തിന്റെ ഗതിമാറ്റത്തെ സന്ദീപ്മാഷ് പൂർണ്ണമായും ഉൾക്കൊണ്ടു.

വീണ്ടും രണ്ടു ദിവസം സന്ദീപ്മാഷ് കൃഷ്ണൻകുട്ടിയെ കാത്തിരുന്നു. അപ്പോൾ അയാൾക്ക് വല്ലാത്ത വിഷമമാണ് തോന്നിയത്.

മാരിയമ്മൻ കോവിലിൽ പണി കഴിഞ്ഞെങ്കിലും കൃഷ്ണൻകുട്ടിയും സഹായികളും സന്ദീപ്മാഷിന്റെ വീട്ടിൽ പണിക്ക വന്നില്ല. അവർ അയാളുടെ അടുത്ത തന്നെയുള്ള കൃഷ്ണവേണി ടീച്ചറുടെ വീട്ടിലെ മേൽക്ക രയിലെ ചോർച്ച അടയ്ക്കാൻ ശ്രമിക്കുകയാണ്. അതിനുള്ള പണിയാണ് നടക്കുന്നത്.

കൃഷ്ണൻകുട്ടിയെ കാണാൻ വേണ്ടി സന്ദീപ്മാഷ് തയ്യാറായതാണ്. പടിയടച്ച് നിന്ന കൃഷ്ണവേണി ടീച്ചർ അയാളും കൂട്ടരും ഇവിടത്തെ പണി കഴിഞ്ഞാൽ വരുമെന്നു പറഞ്ഞു. മേൽക്കുരയിൽ നിന്നിരുന്ന കൃഷ്ണൻകു ട്ടി ടീച്ചറുടെ വാക്കുകളെ ശരിവെയ്ക്കുകയായിരുന്നു.

വിവരമറിഞ്ഞ് സേതുമാഷ് പറഞ്ഞു:

'കുറ്റം സന്ദീപ്മാഷിന്റെതുതന്നെയാണ്. അവർക്കൊന്നും കരാറിന് അപ്പുറം പണം കൊടുക്കരുത്. അതാണ് പ്രശ്നം. ദിവസക്കൂലി കൊടു ക്കരുത്. അതിൽ എന്തെങ്കിലും പിടിച്ചു വെയ്ക്കണം. എന്നാൽ അവർ പണിതീർത്തിട്ട് പോകും.'

സന്ദീപ്മാഷിന്റെ സാത്വിക മനോഭാവത്തിൽ അത്തരം ചിന്തകൾ കടന്നുവരാറില്ല. പൊതുവേ അദ്ധ്വാനിച്ച വിയർത്ത മനുഷ്യരെ കാണുമ്പോൾ അയാൾക്ക് എപ്പോഴും സഹതാപമാണ് തോന്നുക.

വീണ്ടും പലതവണ സന്ദീപ്മാഷ് കൃഷ്ണൻകുട്ടിയെ കാണുന്നുണ്ട്.

അപ്പോൾ പല കാരണങ്ങളെയും കണ്ടെത്തി അയാൾ ഒഴിഞ്ഞുമാറു കയാണ് പതിവ്. ഇപ്പോൾ കൃഷ്ണൻകുട്ടിയും സഹായികളും കിഴക്കെ ഗ്രാമത്തിലെ ഒരു വീട് പുതുക്കിപ്പണിയുകയാണ്.

രാവിലെ വീട്ടിലെത്തിയ സന്ദീപ്മാഷിനോട് കൃഷ്ണൻകുട്ടി പറഞ്ഞു:

'മാഷിനെ കണ്ടിട്ടൊന്നുമല്ല ഞാൻ ജീവിക്കുന്നത്. ഇനി ഈ പണി കഴിഞ്ഞിട്ടെ അവിടേയ്ക്ക് വരൂ. അവർക്ക് ഉടനെ ബോംബെയിലേക്ക് തിരിച്ചപോകണം അതിനു മുമ്പ് പണിതീർത്തു കൊടുക്കണം.'

'അടി കണക്കിൽ ആണല്ലോ കൃഷ്ണൻകുട്ടി കരാർ പറഞ്ഞത് ? അപ്പോൾ നമുക്ക് അതൊന്ന അളന്നു നോക്കാം.'

'അതുകൊണ്ടൊന്നും കാര്യമില്ല. ചിലപ്പോൾ ഞാൻ കൂടുതൽ പണം വാങ്ങിയിരിക്കും. അത് സ്വാഭാവികമാണ്. ഈ പണി കഴിഞ്ഞാൽ ഞാൻ വരാം. പത്ത് പതിനഞ്ച് ദിവസം കഴിയും.'

തികച്ചും അപമാനിതനായാണ് സന്ദീപ്മാഷ് വീട്ടിലേക്ക് മടങ്ങുന്നത്. പിന്നീട് അന്ന് അയാൾ വീട്പണി സ്ഥലത്തേക്ക് പോയില്ല. അസ്വസ്ഥ തയോടെ വീട്ടിൽ തന്നെയിരുന്നു.

സുമയാണ് സന്ദീപ്മാഷിന്റെ അവസ്ഥയെക്കുറിച്ച് സേതുമാഷിനോട് മൊബൈലിൽ സംസാരിക്കുന്നത്. വിവരമറിഞ്ഞ അയാൾ ഉടനടി സന്ദീപ് മാഷിന്റെ അടുത്തെത്തി.

സന്ദീപ്മാഷിനെ ആശ്വസിപ്പിക്കാനായി സേതുമാഷ് പറഞ്ഞു:

'ഇത്തരം പ്രശ്നങ്ങളെ ഞാൻ പരിഹരിച്ച തരാം. നമ്മൾ അവർക്ക് പണമൊന്നും കൊടുക്കാൻ ഇല്ലല്ലോ. അവരാണ് മാഷിന് തരേണ്ടത്. അതുകൊണ്ട് പ്രശ്നമൊന്നുമില്ല. ഇനിയുള്ള കാര്യങ്ങളെല്ലാം ഞാനേറ്റു. സന്ദീപ്മാഷ് അനാവശ്യമായി വിഷമിക്കരുത്.'

സേതുമാഷിന്റെ വാക്കുകൾ ആത്മധൈര്യമായി സന്ദീപ്മാഷിലേക്ക് എത്തി. അതോടെ അയാളുടെ തളർച്ചകൾ വിട്ടുമാറി.

പിന്നീട് സന്ദീപ്മാഷ് ടെൽസ്ഹേമചന്ദ്രനെയാണ് സമീപിക്കുന്നത്. വൈകുന്നേരം ടെൽസ്കാരന് ദിവസക്കൂലി കൊടുക്കുന്നില്ല. അടിക്ക ണക്ക് നോക്കി പണം തരാമെന്നാണ് സന്ദീപ്മാഷ് പറഞ്ഞത്. അത് അയാൾ കേൾക്കാൻ തയ്യാറായില്ല. അത്യാവശ്യമാണെന്ന് പറഞ്ഞ് വീണ്ടും അയാൾ സന്ദീപ്മാഷിനോട് പണം ആവശ്യപ്പെട്ടു. പഴയ അനുഭവമുള്ള മാഷ് പ്രത്യേകിച്ച് ഒന്നും പറഞ്ഞില്ല.

പണം എണ്ണി നോക്കിയ ടെൽസ്ഹേമചന്ദ്രൻ സന്ദീപ്മാഷിനോട് പറഞ്ഞു:

 മാംസഭക്ഷകൾ

'വീട്ടു കെട്ടുമ്പോൾ പലപ്പോഴും കൈയയച്ച പണം ചെലവാക്കണം. അതിനെ ഒന്നും കാര്യമാക്കരുത്.'

അനാവശ്യമായി പണി വലിച്ചുനീട്ടിയതുകൊണ്ട് ടൈൽസ്കാരൻ ഒരുപാട് പണം പറ്റിയിട്ടുണ്ട്. അതൊരിക്കലും സന്ദീപ്മാഷിന്റെ കണക്കുകളിൽ ഉൾപ്പെട്ടിട്ടുള്ളതല്ല.

കൂടുതൽ തരില്ലെന്ന് സന്ദീപ്മാഷ് മുഖമടച്ച് പറഞ്ഞതോടെ ടൈൽസ്കാരൻ വീട്ടിനുള്ളിലേക്ക് നടന്നു. തന്റെ പണിസാധനങ്ങളു മായി പുറത്തേക്കു വന്ന അയാൾ പറഞ്ഞു:

'ഇനിയുള്ള പണി മാഷ് തന്നെ ചെയ്താൽ മതി. അതാണ് നല്ലത്.'

അയാൾ യാതൊരു മനോവിഷമം ഇല്ലാതെയാണ് അങ്ങനെ പറഞ്ഞത്. സന്ദീപ്മാഷ് തന്റെ കാൽച്ചുവട്ടിൽ വരുമെന്ന് അയാൾക്ക് ഉറപ്പായിരുന്നു. എന്നാൽ ഇനി പണിക്കാരുടെ മുമ്പിൽ തല കുനി ക്കില്ലെന്നാണ് സന്ദീപ്മാഷ് തീരുമാനിച്ചത്. അതുകൊണ്ട് അയാൾ എന്തിനേയും നേരിടാൻ തയ്യാറായി.

പൊന്മലആശാരി വലുതായൊന്നും സന്ദീപ്മാഷിന്റെ കയ്യിൽനിന്നു മുൻകൂറായി പറ്റിയിട്ടില്ല. ഒരുദിവസം മകനെ ഡോക്ടറെ കാണിക്കാൻ വേണ്ടി അയാൾ മുൻകൂട്ടി കുറച്ച് രൂപ വാങ്ങിച്ചു. എന്നാൽ വാങ്ങിയ പണം പിന്നീട് തിരിച്ച് നൽകുകയും ചെയ്തു.

കെട്ടുകാരനെയും ടൈൽസുപണിക്കാരനെയും ഒഴിവാക്കിയതോടെ അപമാനങ്ങളിൽ നിന്ന് രക്ഷപ്പെട്ടതായി സന്ദീപ്മാഷിന് തോന്നി. അവർ തന്റെ മാനുഷികതയെയാണ് നിരന്തരം ചൂഷണം ചെയ്യുന്നത്. മൂല്യങ്ങളുടെ ബാദ്ധ്യതകൾ ഇല്ലാത്ത അവർ ഒന്നു പറഞ്ഞു മറ്റൊന്നു ചെയ്യുന്നു.

മനസ്സിൽ മടുപ്പുണ്ടെങ്കിലും സന്ദീപ്മാഷ് വീണ്ടും ടൈൽസുപണിക്കാ രനെ കണ്ടു. എത്രയും വേഗം പണിതീർക്കണമെന്ന് മാഷ് ആഗ്രഹി ച്ചതാണ്. എന്നാൽ അത് നടന്നില്ല. അവർ അനാവശ്യ പ്രശ്നങ്ങൾ ഉണ്ടാക്കി. ഒരു കോംപ്ലക്സിൽ നാളെ മുതൽ പണിക്കു പോകണമെന്ന് അയാൾ പറഞ്ഞു. ടൈൽസ്കാരൻ മറ്റെവിടെയോ പണിക്കു പോകു ന്നുണ്ടെന്ന് സന്ദീപ്മാഷ് മനസ്സിലാക്കി. അതുകൊണ്ടാണ് ഇപ്പോൾ അയാൾ സന്ദീപ്മാഷിനെ കാണുമ്പോൾ മുഖംതിരിച്ച് നടക്കുന്നത്.

ഇപ്പോൾ സന്ദീപ്മാഷിന്റെ വീട്ടപണിക്കു വേണ്ടി സേതുമാഷ് എന്തിനും തയ്യാറായിരിക്കുന്നു. അയാൾ എവിടെയും മുൻകൈയ്യെ ടുത്ത് ചെയ്യുകയാണ്. കൃഷ്ണൻകുട്ടിയുമായി തെറ്റിപ്പിരിഞ്ഞതോടെ സേതുമാഷ് അയാളുടെ തുടർന്നുള്ള പണികളെ ഏറ്റെടുത്തു. പിറ്റേന്ന്

തന്നെ രണ്ടു കെട്ടുകാരൻമാരെയും രണ്ടു കൈയ്യാളകളെയും സേതുമാഷ്
പണിക്കയച്ചു. ചുവരിലെ തുളകൾ അടയ്ക്കാൻ അവർ ഒരു ദിവസം
മാത്രമാണ് എടുത്തത്. അസ്ഥിവാരം തേയ്ക്കാൻ രണ്ടു ദിവസവും എടുത്തു.
സൺഷെയിഡിന്റെ മുകളിൽ ഭംഗിയായി ഒരു സിമിന്റ്പാളിയും അവർ
ഉണ്ടാക്കി. അതോടെ അവരുടെ പ്രധാന പണികളെല്ലാം കഴിഞ്ഞു.
ഇനി മതിലാണ് പണിയാനുള്ളത്.

സേതുമാഷ് തന്നെയാണ് മതിലിന് അസ്ഥിവാരം കുഴിക്കുന്നതിന
വേണ്ടി തമിഴന്മാരെ ഏർപ്പാട് ചെയ്തത്. ആറുമണിയോടെ പണിക്ക്
വന്ന അവർ വൈകുന്നേരം വരെ പണിയെടുത്തു. അങ്ങനെ രണ്ടു
ദിവസം ചെയ്തതോടെ അവർ അസ്ഥിവാരം കുഴിച്ചു.

അതിനശേഷമാണ് സന്ദീപ്മാഷ് ട്രാക്ടർകാരനെ കാണുന്നത്.
അയാൾ പാറക്കല്ലുകളെ ആവശ്യത്തിന് എത്തിച്ചു. തുടർന്ന് സന്ദീപ്മാ
ഷും സേതുമാഷും ചേർന്ന് ഇരുമ്പുപടിക്ക് ഏർപ്പാട് ചെയ്തു.

ടൈൽസ്നേഹചന്ദ്രനെ പലതവണ റോഡിൽവെച്ച് സന്ദീപ്മാഷ്
കണ്ടു. അയാൾ പരിഭവത്തോടെ മുഖം തിരിച്ച നടക്കുകയാണ്. എത്രയും
വേഗം മറ്റൊരാളെ കണ്ടെത്തണമെന്ന തോന്നൽ സന്ദീപ്മാഷിന്
ഉണ്ടായി.

താമരപ്പാടത്തു നിന്ന് ടൈസ്കാരനെ സേതുമാഷാണ് ഏർപ്പാട്
ചെയ്തത്. മൂന്നദിവസം മാത്രമാണ് അയാൾ പണിയെടുത്തത്. അയാളും
മൂന്ന സ്ത്രീകളും പണിക്ക വന്നു. രണ്ടുപേർ മുറികളെല്ലാം ആസിഡ്
കൊണ്ട് കഴുകി വൃത്തിയാക്കി. ഗ്രാനൈറ്റ് പതിക്കുമ്പോൾ മാത്രമാണ്
എല്ലാവരും ഒന്നിച്ച പണിയെടുത്തത്.

ഇനി മതിലാണ് കെട്ടേണ്ടത്. അതിന് മുമ്പ് തൊടി ചെത്തിക്കോരാൻ
സേതുമാഷ് ഒരു പണിക്കാരനെ അയച്ചു. മരങ്ങളിൽ വുഡ് പ്രൈമറും
ചുവരുകളിൽ വൈറ്റ്സിമന്റും അടിക്കണം. തൊടി വൃത്തിയാക്കിയപ്പോ
ഴാണ് കൃഷ്ണൻകുട്ടിയുടെയും കൂട്ടരുടെയും വൻചതിയെ സന്ദീപ്മാഷ്
മനസ്സിലാക്കുന്നത്. ഇടതൂർന്ന വളർന്ന ചെടികൾക്കിടയിൽ അവർ
അവിടവിടെയായി കലവകളെ ഇട്ടിരിക്കുന്നു. നാലു മണിക്കുശേഷം
കലക്കുന്ന കലവയെ അവർ അങ്ങനെ പണിയെടുക്കാതെ ഒളിപ്പിച്ച്
വെയ്ക്കുന്നു. അപ്പോഴാണ് സന്ദീപ്മാഷിന്റെ മനസ്സിലേക്ക് കൃഷ്ണൻകുട്ടി
യുടെ വൈകുന്നേരങ്ങളിലെ ചർച്ചകൾ കടന്നുവന്നത്. അവർ ബോധ
പൂർവ്വം അയാളുടെ ശ്രദ്ധയെ വഴിതെറ്റിക്കുകയായിരുന്നു.

കണക്കുകൾ കൂട്ടിനോക്കിയ സന്ദീപ്മാഷ് പണം തികയാതെ
വിഷമത്തിലാണ്. അവസാനം അയാൾക്ക് സേതുമാഷിനോട് കടം
വാങ്ങേണ്ടിവന്നു.

 മാംസഭുക്കുകൾ

വീട്ടപണി ഒരുവിധം തീർന്നതോടെ സന്ദീപ്മാഷിന് ശാന്തമായി ഉറങ്ങാൻ കഴിഞ്ഞു. അതുവരെ അയാൾ അറ്റംമുട്ടാത്ത കണക്കുകളി ലാണ് രാത്രി ചെലവഴിച്ചിരുന്നത്. പലപ്പോഴും അയാൾക്ക് ഉറങ്ങാൻ കഴിഞ്ഞില്ല.

സിമന്റ് കട്ടകൾ ആയതുകൊണ്ട് പെട്ടെന്നതന്നെ മതിലിന്റെ പണി കഴിഞ്ഞു. പടിക്കാലുകൾ കെട്ടാനാണ് സമയം എടുത്തത്. പറഞ്ഞ സമയത്ത് തന്നെ ഇരുമ്പപടി എത്തി. അതുകൊണ്ട് വലിയ പ്രയാസ മില്ലാതെ എല്ലാ പണികളും തീർത്തു.

ജനാലകളിൽ പ്രൈമർ അടിക്കാനാണ് സമയം എടുത്തത്. വാതിലുകളിൽ പോളിഷ് ഉപയോഗിച്ചു. ചുവരുകൾക്ക് വൈറ്റ്സിമന്റ് അടിക്കാൻ അധിക ദിവസങ്ങളൊന്നും വേണ്ടിവന്നില്ല.

വീട്ടപണി കഴിഞ്ഞപ്പോൾ സന്ദീപ്മാഷ് സേതുമാഷിനോട് പറഞ്ഞു:

'നേരിട്ട് വീട്ടപണിയുക ആത്മാഭിമാനമില്ലാത്തവരുടെ പരിപാടിയാ ണെന്ന് എനിക്ക് മനസ്സിലായി. ഏന്തായാലും സമാധാനത്തോടെ ജീവിക്കാമല്ലോ. വാടകവീട് അസ്വാതന്ത്ര്യമുള്ള ഏർപ്പാടാണ്. അതി നിവേണ്ട.'

സ്വാതന്ത്ര്യത്തോടെ ജീവിക്കാൻ വേണ്ടിയാണ് സന്ദീപ്മാഷ് സ്വ ന്തമായി വീട്ടപണിയാൻ തീരുമാനിച്ചത്. വീട്ടപണിയുമ്പോഴേക്കും അയാൾക്ക് അനേകം നരകയാതനകളെ നേരിടേണ്ടി വന്നു. എങ്കിലും എവിടെയെല്ലാമോ ആശ്വാസത്തിന്റെ തണലുകളുണ്ടെന്ന് അയാൾക്ക് തിരിച്ചറിയാൻ കഴിഞ്ഞു.

വാടകവീട്ടിൽ നിന്ന് ഒറ്റരാത്രി കൊണ്ടാണ് അവർ പുതിയ വീട്ടിലേക്ക് സാധനങ്ങളെ എല്ലാം കടത്തിയത്. സേതുമാഷ് സന്ധ്യയോടെ ഒരു ജീപ്പും രണ്ട പണിക്കാരുമായി എത്തി. അഞ്ചു തവണയാണ് അവർ സാധനങ്ങൾ കടത്തിയത്. അപ്പോഴേക്കും സമയം രാത്രി ഒരു മണി കഴിഞ്ഞിരുന്നു. അവിടെ തങ്ങാതെ സേതുമാഷും കൂട്ടരും വീട്ടിലേക്ക് പോയി. സന്ദീപ്മാഷ് ഒരു രാത്രി കൂടി വാടകവീട്ടിൽ താമസിച്ചു.

പിറ്റേന്ന് വിഘ്നേശ്വര പൂജയ്ക്കശേഷം സന്ദീപ്മാഷ് ഗൃഹപ്രവേശം നടത്തി. അയാൾ ആരെയും പ്രത്യേകിച്ച് ക്ഷണിച്ചില്ല. സേതുമാഷും കുടുംബവും മാത്രമാണ് ഉണ്ടായിരുന്നത്. അവർ അയാൾക്ക് അന്യരാ യിരുന്നില്ല. ജീവിതകാലം മുഴുവൻ സേതുമാഷുമായി കെട്ടപിണഞ്ഞു ജീവിക്കാനാണ് സന്ദീപ്മാഷ് ആഗ്രഹിച്ചത്. അതിന് അവർ മക്കളെ കൂട്ടിയിണക്കാൻ തീരുമാനിച്ചു. അനഘയെ തന്റെ മരുമകളായി സ്വീകരി ക്കാൻ സേതുമാഷ് എപ്പോഴും തയ്യാറായിരുന്നു. അതയാൾ പലതവണ സന്ദീപ്മാഷിനോട് പറഞ്ഞിട്ടുള്ളതാണ്.

കടബാധ്യതകളുടെ നടുക്ക കിടക്കുമ്പോഴും വീടുകെട്ടി കഴിഞ്ഞതോടെ സന്ദീപ്മാഷ് പഴനി യാത്രയ്ക്ക് തയ്യാറായി. സേതുമാഷ് നിർബ്ബന്ധിച്ച തോടെ അവരുടെ യാത്ര മധുരയിലേക്ക് നീണ്ടു. അങ്ങനെ രണ്ടു കൂട്ടം ബങ്ങളും ക്ഷേത്രങ്ങളിൽ പുണ്യദർശനങ്ങൾ നടത്തി പ്രാരബ്ധങ്ങളെ ഇറക്കി വെച്ചു.

മാംസഭക്കുകൾ